எல்லோரும் வல்லவரே

சோம. வள்ளியப்பன்

பங்குச்சந்தை வர்த்தகம், சுயமுன்னேற்றம், நிர்வாக வியல், மனித வள மேம்பாடு உள்ளிட்ட துறைகளில் பல புகழ்பெற்ற நூல்களை எழுதியவர் சோம. வள்ளியப்பன். துறை சார்ந்த செழிப்பான அனுபவமும் நிபுணத்துவமும் கொண்டிருக்கும் இவர் தொலைக்காட்சி மற்றும் பத்திரிகைத்துறை ஊடகங்களில் தொடர்ந்து இயங்கிவருகிறார்.

பங்குச்சந்தை பற்றிய இவருடைய அள்ள அள்ளப் பணம் நூல்கள்(வரிசை 1-5), வெளிவந்த காலம் தொட்டு இன்றுவரை தொடர்ந்து விற்பனையில் சாதனை படைத்துவருகின்றன.

ஆசிரியரின் பிற நூல்கள்

பங்குச்சந்தை

1. அள்ள அள்ளப் பணம் 1 - *பங்குச்சந்தை: அடிப்படைகள்*

2. அள்ள அள்ளப் பணம் 2 - *பங்குச்சந்தை: அனாலிசிஸ்*

3. அள்ள அள்ளப் பணம் 3 - *பங்குச்சந்தை: ஃபியூச்சர்ஸ் அண்ட் ஆப்ஷன்ஸ்*

4. அள்ள அள்ளப் பணம் 4 - *பங்குச்சந்தை: போர்ட்ஃபோலியோ முதலீடுகள்*

5. அள்ள அள்ளப் பணம் 5 - *பங்குச்சந்தை: டிரேடிங்*

வியாபாரம்

1. நம்பர் 1 சேல்ஸ்மேன் (சிறந்த விற்பனையாளர் ஆவது எப்படி?)

2. பணமே ஓடி வா!

3. பணம் - சந்தேகங்கள், விளக்கங்கள் (FAQs)

நிர்வாகம்

1. ஆளப்பிறந்தவர் நீங்கள் (தலைமைப் பண்புகள்)

2. காலம் உங்கள் காலடியில் (நேர நிர்வாகம்)

3. யார் நீ? (பர்சனாலிட்டி)

4. உலகம் உன் வசம் (கம்யூனிகேஷன்)

5. உறுதி மட்டுமே வேண்டும் (கமிட்மென்ட்)

6. உறவுகள் மேம்பட (Secrets of Managing People)

7. சிறந்த நிர்வாகி ஆவது எப்படி?

8. தங்கத் துகள்கள் (காலம் உங்கள் காலடியில் - 2)

சுயமுன்னேற்றம்

1. இட்லியாக இருங்கள் (எமோஷனல் இண்டலிஜென்ஸ்)

2. டீன் தரிகிட (பதின் பருவத்தினருக்கு)

3. அதிகாரம் அல்ல, அன்பு (சுயமுன்னேற்றக் கட்டுரைகள்)

4. மன அழுத்தம் விரட்டலாமா (மாணவர்களுக்கு -யுனெஸ்கோவுக்காக)

5. உஷார் உள்ளே பார் (மனமும் சக்தியும்)

6. ஆல் தி பெஸ்ட் ! (நேர்முகங்களில் வெற்றி பெறுவது எப்படி?)

7. தள்ளு (மோட்டிவேஷன்)

8. சின்னத் தூண்டில் பெரிய மீன்

9. சிறு துளி பெரும் பணம்

10. சொல்லாததையும் செய்!

உறவுகள்

1. காதலில் இருந்து திருமணம் வரை

2. அப்பா மகன் - நெருக்கமும் நெருடல்களும்

எல்லோரும் வல்லவரே

சோம. வள்ளியப்பன்

எல்லோரும் வல்லவரே
Ellorum Vallavare
Soma.Valliappan ©

First Edition: January 2016
120 Pages

ISBN 978-93-84149-58-1
Kizhakku - 878

Kizhakku Pathippagam
177/103, First Floor,
Ambal's Building, Lloyds Road,
Royapettah, Chennai 600 014.
Ph: +91-44-4200-9603

Email : support@nhm.in
Website : www.nhm.in

Author's Email: baluvalliappan1@yahoo.co.in
               baluvalliappan5@gmail.com

Author's Website : www.writersomavalliappan.com

Kizhakku Pathippagam is an imprint of New Horizon Media Private Limited.

உள்ளே

முன்னுரை

2015, சென்னைப் புத்தகக் காட்சியில், 'நீ அசாதாரணமானவன்' என்ற தலைப்பில் பேசினேன். அந்தப் பேச்சின் இறுதியில் நான் சொன்ன தகவலின் தொடர்ச்சியாகவே இந்தப் புத்தகத்தை எழுதியிருக்கிறேன். அங்கே சொன்ன தகவல் என்ன?

வெளிநாட்டில் வேலை கிடைத்துப்போன ஒருவன், விடுப்பில் திரும்பி வந்தபோது, மொத்தம் மூன்று ஸ்மார்ட் போன்கள் வாங்கி வந்தான். ஒன்றை அம்மாவிடமும் மற்றொன்றை அப்பாவிடமும் கொடுத்தான். மூன்றாவது மொபைல் போனை பதினொன்றாம் வகுப்பு படிக்கும் அவனது தம்பியிடம் கொடுத்தான். பின்பு விடுப்பு முடிந்து கிளம்பிப் போய்விட்டான்.

விலை உயர்ந்த ஸ்மார்ட் போனை மூவரும் பயன்படுத்த ஆரம்பித்தனர். அவனுடைய அம்மாவின் போனில் அழைப்பு வந்தால், அவர் அதை விரலால் 'வழித்துவிட்டு' பேசுவார். எப்போதும் அதை மட்டுமே செய்தார், அவர் மகன் அடுத்த விடுப்பில் திரும்பி வரும்வரை!

அவனுடைய அப்பா கொஞ்சம் மேல். அழைப்பு வந்தால் எடுப்பார். தவிர, தேவைப்பட்டால் அந்த போனின் 'கான்டாக்ட்ஸ்' பகுதிக்குச் சென்று, பேச விரும்பும் நபரின் எண்ணைத் தேடி எடுத்து அழைப்பார், பேசுவார். மேலும் புதிய எண்களைப் பதிவு செய்துகொள்வார். ஆக, தன்னுடைய மனைவி பயன்படுத்தியதைக் காட்டிலும், அந்த ஸ்மார்ட் போனை சற்று கூடுதலாகப் பயன்படுத்தினார்.

மூன்றாவதாக, பதினொன்றாம் வகுப்பு படிக்கும் அவனுடைய தம்பி. அவன் வேண்டியவர்களை போனில் அழைப்பது, வரும்

அழைப்பை ஏற்பது, பாட்டுக் கேட்பது, ஒலிப்பதிவு செய்வது, பதிவுகளைக் கேட்பது, படங்கள் எடுப்பது, வாட்ஸ்ஆப் பயன்படுத்தி படங்கள், வீடியோ மற்றும் செய்திகள் அனுப்புவது பெறுவது. ஸ்கைப் பயன்படுத்துவது, கூகுள் மேப்ஸ் பார்ப்பது, பேஸ் டைமில் தொடர்புகொள்வது, மின்னஞ்சல்கள் பரிமாற்றம், அலாரம் பயன்படுத்துவது, அப்பாவின் தேவைகளுக்காக நெட் பேங்கிங் என்று அந்த போனில் சுமார் பதினெட்டுக்கும் அதிகமான அம்சங்களைப் பயன்படுத்தினான். அண்ணன் வரும் போது, அந்த போனுக்கும் அடுத்த மாடல் போன் வாங்கி வரும்படி கேட்கிறான்.

மூவருக்கும் கொடுக்கப்பட்டது ஒரே மாதிரியான போன். ஒரே விலை. போன்களில் இருந்த அம்சங்களிலும் வேறுபாடுகள் கிடையாது. மூவருக்குமே அந்த போனை வைத்துகொண்டு எதை வேண்டுமானாலும் செய்ய வாய்ப்பும் அனுமதியும் இருந்தது. ஆனால், பயன்படுத்தியவிதங்களிலும் பயனடைந்த அளவு களிலும் மூவருக்குள்ளும் பெரிய வேறுபாடுகள்.

இது யார் குற்றம். போனின் குற்றமா... கொடுத்தவனின் குற்றமா?

பயன்படுத்துபவரின் குற்றம்தானே தவிர, வேறு யாருடைய தவறும் இல்லை. இதுபோலத்தான், மனிதர்களின் வேறு பாடுகளும். மனிதர்களிடம் இருக்கும் மூளை என்ற இயந்திரத்தில் எந்த வேறுபாடும் இல்லை. எல்லாம் ஒரே உருவாக்கம் (மேக்)தான். ஆனாலும், செயல்பாடுகளிலும் சாதனைகளிலும் வித்தியாசம் உண்டு. காரணம், மொபைல் போனில் பார்த்த அதே விஷயம்தான்.

மூளையைப் பயன்படுத்தும்விதங்களில் வேறுபடுகிறோம். திறன் படைத்திருப்பதில் யாரும் எவருக்கும் குறைந்தவரில்லை. படைத்தவன் ஒரே மாதிரியாகத்தான் படைத்து அனுப்பியிருக் கிறான். ஆக, எல்லோரும் ஒன்றுதான். முயன்றால் எல்லோரும் வல்லவராகிவிட முடியும். ஆனால், அது எப்படி? எங்கே சிலர் தவறவிடுகிறார்கள்? எதனால் சிலர் சாதிக்காதவர்களாகவே போய்விடுகிறார்கள்?

21.12.2015

சோம. வள்ளியப்பன்
அபிராமபுரம், சென்னை

1

விவரங்கள்

தமிழர்கள் நல்லவர்களாக மட்டும் இருந்தால் போதாது. வல்லவர்களாகவும் இருக்கவேண்டும்.

- மு. வரதராசன்

நான் ஒரு பன்னாட்டு நிறுவனத்தில் மனித வளத்துறை மேலாளராகப் பணியாற்றிக் கொண்டிருந்த நேரம் அது. நிறுவனத்துக்குத் தேவையான சரியான நபர்களைத் தேர்வு செய்து பணியில் அமர்த்துவதும் என் வேலைகளில் ஒன்று. எந்தத் துறைக்கு ஆள் எடுக்கவேண்டுமோ அந்தத் துறையின் மேலாளர் தேர்வு செய்யத்தக்க நபர்களை நான் கண்டுபிடித்துக் கொண்டுவரவேண்டும். பின்பு நாங்கள் இருவருமாகச் சேர்ந்து தேர்வு செய்வோம்.

அப்படியாக நிதித்துறைக்குத் தேவையான அக்கவுண்டென்ட்ஸ் சிலரைத் தேர்வு செய்ய நானும் நிதித்துறை உயரதிகாரி ஒருவரும் நேர்முகத் தேர்வு நடத்திக்கொண்டிருந்தோம். பல மாதங்களாகப் பலரைப் பார்த்தும் சரியான நபரைக் கண்டுபிடிக்கமுடியவில்லை. தகுதியான சுமார் பன்னிரெண்டு நபர்களை 'மேன்பவர் கன்சல் டென்ஸி' மூலம் வரவழைத்துவிட்டேன். என்னைப் பொறுத்த வரையில் அதில் ஆறு அல்லது ஏழு நபர்கள் தேர்வு செய்யத் தகுந்தவர்களே. ஆனாலும் என்னுடன் இருந்த நிதித்துறை உயரதிகாரி, அனைவரையும் நிராகரித்துவிட்டார்.

நாட்கள் ஓடிக்கொண்டிருந்தன. போதிய நபர்கள் இல்லாததால் அந்தத் துறையில் வேலை பாதிக்கப்பட்டது. ஒருநாள் அவ்வாறு நாங்கள் இருவரும் அதே பதவிக்கான நேர்முகத் தேர்வில் மூன்று புதிய விண்ணப்பதாரர்களைச் சந்தித்தோம்.

தேர்வு முடிந்தது. யாரை எடுக்கலாம் என்று நான் அவரைக் கேட்டேன். அவர் வழக்கம் போல 'யாரும் சரியில்லை. வேறு யாரையாவது அழைத்து வாருங்கள்' என்றார். பின்பு, நானும் அவருமாக நேர்முகம் செய்த அறையில் இருந்து வெளியில் வந்தோம்.

நான் சோர்வாக நடந்து வந்தேன். அப்போது அங்கே வந்த நிறுவனத்தின் தலைவர் எங்கள் இருவரையும் பார்த்துக் கேட்டார்,

'என்ன முடிந்ததா? யாரைத் தேர்வு செய்தீர்கள்?'

'ம்ஹூம். எவரும் சரியில்லை' என்றார் நிதித்துறை மேலதிகாரி வேகவேகமாக.

'அப்படியா!' என்ற நிறுவனத் தலைவர், 'அவர்களிடம் என்ன குறைகள்? சொல்லுங்கள்' என்றார் அவரைப் பார்த்து.

'அவர்கள் பொருத்தமானவர்கள் இல்லை'.

'ஓக்கே. எந்த விதத்தில்?'

'வேலை, அனுபவம்.'

'ஓகோ.'

'மேலும் கம்யூனிகேஷன் திறமையும் இல்லை.'

'அப்படியா! என்று ஆச்சரியப்பட்டவர், என்ன நினைத்தாரோ, 'சரி சரி. வாருங்கள் உள்ளேபோய் அமர்ந்து பேசுவோம்' என்று சொல்லியபடி எங்களை மீண்டும் அந்த நேர்முகத் தேர்வு அறைக்கு அழைத்துப் போனார்.

'இன்று எத்தனை பேரைப் பார்த்தீர்கள்? ஒவ்வொருவரைப் பற்றியும் விவரங்கள் சொல்லுங்கள்' என்றார் நிதித்துறை உயரதிகாரியைப் பார்த்து.

அதுவரை அவர்கள் உரையாடலில் குறுக்கிடாமல் இருந்த நான் இப்போது பதில் சொல்ல முற்பட்டேன். ஆனால் நிறுவனத் தலைவர் என்னை சைகையால் பேசாமல் இருக்கச் சொன்னார்.

நிதித்துறை உயரதிகாரியால் குறிப்பான விவரங்கள் சொல்ல முடியவில்லை. அவர் சொன்ன காரணங்கள் எல்லாம் பொது வானதாக இருந்ததாக நிறுவனத் தலைவர் சொல்லிவிட்டு, இறுதியாக, "You should have details Mr..... " என்று சற்று கடுமையாகச் சொல்லிவிட்டுப் போய்விட்டார்.

'உங்களிடம் நீங்கள் சொல்லுவதற்கான விவரங்கள் இருக்க வேண்டும்' என்பதுதான் நிறுவனத் தலைவர் அழுத்தமாகச் சொன்னது. எத்தனை நபர்களை வேண்டுமானாலும் நிராகரிக் கலாம். ஆனால், ஒருவரை ஏன் நிராகரிக்கிறோம் என்பதற்குச் சரியான காரணங்கள் வேண்டும். நிராகரிப்பவரால் அதைத் தெளிவாகச் சொல்ல முடியவேண்டும்.

எதையும் Feel based ஆக, வெறும் உணர்வு அடிப்படையில் மேலோட்டமாகச் சொல்லக்கூடாது. Data based ஆகச் சொல்ல வேண்டும். ஒரு திரைப்படம் நன்றாக இல்லை என்று சொல்லும் உரிமை எவருக்கும் உண்டுதான். ஏன், எதனால் அப்படிச் சொல்லு கிறீர்கள் என்று அவரிடம் கேட்டால், அதற்கு அவர் விவரங் களுடன் பதில் சொன்னால் மதிப்பா அல்லது 'அதெல்லாம் தெரியவில்லை. ஆனால் ஏனோ படம் நன்றாக இல்லை' என்று சொன்னால் மதிப்பா? எது சரி? இங்கெல்லாம் 'பட்சி' சொல்லுவது எடுபடாது. போதாது.

சிலர் மிக ஆர்வமாகத் தகவல்கள் சொல்வார்கள். 'அவர் என்ன சொன்னார் தெரியுமா?' அல்லது 'நான் போன இடத்தில் என்ன நடந்தது தெரியுமா?' என்பதுபோல. நாம் அப்படியா என்று கேட்கத் துவங்கி, பின் அந்தத் தகவலை முழுமையாகப் புரிந்து கொள்ள, 'அவர் எங்க வேலை செய்கிறார்?' என்று கேட்போம். 'அதைக் கேட்கவில்லையே' என்பார்கள். அடுத்து, 'அவர் எத்தனை மணிக்கு அங்கே போனாராம்?' என்பது போல அந்தத் தகவலை சரியாகப் புரிந்து கொள்ளத் தேவைப்படும் மற்ற எந்த விவரம் கேட்டாலும், 'அதெல்லாம் நான் கேட்டுக்கொள்ள வில்லை' என்பார்கள்.

எதையும் பொதுவாகச் சொல்லுவார்கள். யாரோ சொன்னார், என்னவோ நன்றாக இருந்தது என்பதுபோல. அவர்கள் பேச்சில் விவரங்கள் எனப்படும் 'டிடெயில்ஸ்' இருக்காது. சிலரிடம் இப்படிப்பட்ட விவரங்கள் ஏன் இருப்பதில்லை? டிடெயில்ஸுக்கு நேரம் செலவிட வேண்டும். உரையாடல்களின்போது அதில் முழுக் கவனம் செலுத்த வேண்டும். அதற்கு 'சக்தி' செலவாகும்.

கவனிப்பது என்றால் சாய்ந்து உட்கார்ந்துகொண்டு காதில் வாங்கு வதில்லை. கண்கள், காதுகள் மட்டுமெல்லாமல் மனதையும் வேறு எதிலும் அலைபாயவிடாமல் இழுத்துப் பிடித்து, தேவையான வற்றின் மீது நிறுத்துவதுதான் 'கவனம்'. அதனால்தான் கவனம் செலுத்த 'சக்தி' தேவைப்படும் என்றேன்.

ஸ்மார்ட் ஃபோன் பயன்படுத்தக் கற்றுக்கொள்வது கடினமா என்ன? ஆனால், பெரும்பாலானவர்கள் அதைச் செய்வதில்லை. இன்னும் பலரும் பலவற்றிலும் அப்படித்தான். ஆங்கிலமோ, கம்ப்யூட்டர் பயன்பாடோ, மேற்படிப்போ அல்லது வேறு எதுவுமோ செய்ய முடியாததே அல்ல. முனைந்து கற்றுக்கொள்ள வேண்டும், சிலவற்றைத் தொடர்ந்து பயிற்சி செய்யவேண்டும். சிலர் செய்வதில்லை. காரணம் அவர்கள் அந்த 'சக்தி'யை அதில் செலவு செய்யவில்லை. அதற்கான மனப்பாங்கும் அக்கறையும் இல்லை.

வேறுபாடு வேறு எதிலும் இல்லை. குறிப்பாகத் திறமை படைத் திருப்பதில் நிச்சயம் இல்லை. அதைப் பயன்படுத்தாததில்தான் இருக்கிறது. கற்றுக் கொள்ள முடிவதில் வேறுபாடுகள் கிடையாது. கற்றுக்கொள்ளும் மனப்பாங்கில்தான் இருக்கிறது.

சில மாதங்களுக்கு முன்பு ஒரு தன்னாட்சி பொறியியல் கல்லூரியின் பட்டமளிப்பு விழாவுக்குச் சிறப்பு விருந்தினராகப் போயிருந்தேன். விழுப்புரத்துக்குப் பக்கத்தில் இருக்கும் ஊர் அது. அங்கே ஒரு ஹோட்டலில் என்னைத் தங்கவைத்தார்கள்.

அந்த அறையில் ஓர் இரவு தங்கினேன். நல்ல வசதியானவர் செலவு செய்து கட்டியிருக்கும் அந்த ஹோட்டலில் எனக்குக் கிடைத்த அனுபவங்கள்... அப்பப்பா!

2

மேலோட்டமாகப் பார்ப்பதும்
நுணுக்கமாகப் பார்ப்பதும்

''கடவுளின் சிந்தை என்ன என்பதைத் தெரிந்துகொள்ள
விரும்புகிறேன். மற்றவையெல்லாம் வெறும் தரவுகளே.''

ஆல்பர்ட் ஐன்ஸ்டைன்

பட்டமளிப்பு விழா நடத்தவிருந்த அந்தக் கல்லூரியின் பேராசிரியர் ஒருவர்தான் என்னை ஹோட்டலுக்கு அழைத்துப் போனார். புழுதி பறந்த சாலையில் அந்த ஹோட்டல் மட்டும் எடுப்பாகப் பெரிதாகப் புதிதாக இருந்தது. வெளிச்சுவர்கள் கூடப் பழுப்பு நிற கிரானைட் என்று ஞாபகம்.

உள்ளே போனோம். ரிசப்ஷனில் யாருமில்லை. பின்பு உள்ளிருந்து ஒருவர் வந்தார். அறைக்கு அழைத்துப் போனார். அறை முதல் மாடியில் இருந்தது. அறைக்கு எங்கள் எல்லாம் கிடையாது. அறையில் இண்டர்காம் போனும் இல்லை. கொஞ்சம் பெயிண்ட் வாசனை அடித்தது. என்னை அழைத்து வந்தவர் 'வேறு ஏதும் வேண்டுமா சார்' என்று கேட்டார். வரும் வழியிலேயே சாப்பிட்டுவிட்டதால், 'வேண்டாம்' என்று சொன்னேன். 'மறுநாள் காலை எட்டரை மணிக்கு நான் ஆயத்தமாக இருந்தால் போதும்' என்று சொல்லிவிட்டுப் போய்விட்டார்.

முகம் கழுவிக்கொள்ளலாம் என்று லேசாகத் திறந்தேயிருந்த குளியலறைக் கதவைத் தள்ளிவிட்டு உள்ளே போனேன். கதவைத் தள்ளி மூடினேன். முழுக்கைச் சட்டையின் கைகளைச் சுருட்டி விட்டுக்கொண்டு முகம் கழுவ வாஷ்பேசினின் குழாயைத் திறந்து இரண்டு கைகளையும் விரித்து ஒருசேர நீட்டினேன். அவ்வளவு தான், கூர்மையான குச்சியைப் போன்ற தண்ணீர் கைகளில் குத்துவது போலப் பாய்ந்தது.

அதைச் சற்றும் எதிர்பாராததால் அதிர்ச்சியடைந்து, சரேலெனக் கைகளை விலக்கிக்கொண்டேன். திறந்திருந்த குழாயில் இருந்து தொடர்ந்து பீய்ச்சிய தண்ணீர் வாஷ்பேசினில் மோதி என் முகம், சட்டை பேண்ட் எல்லாம் தெறித்து, நனைத்தது. இதுவும் நான் சற்றும் எதிர்பார்க்காதது என்பதால், கொஞ்சம் கலவரமாகிச் சடாரென விலகினேன்.

பின்பு ஒரு வழியாகச் சமாளித்து முகம் கழுவிக்கொண்டு குளியலறையை விட்டு வெளியே வரக் கதவைத் திறந்தேன். 'அட! என்ன இது எவ்வளவு இழுத்தும் கதவைத் திறக்க முடியவில்லை!'.

கொஞ்சம் நிதானித்துக்கொண்டு, லாகவமாகத் திறக்க முற்பட்டேன். ஹீ ஹிம் என்ன செய்தும் கதவைத் திறக்க முடியவில்லை. என்னுடைய பல்வேறுவிதமான அண்டசாகசங் களுக்கும் அது மசிவதாகத் தெரியவில்லை. அடுத்த முயற்சியாக கதவைப் பலமாகத் தட்டினேன். யாருக்கும் கேட்கும் என்று தோன்றாததால் கொஞ்ச நேரம் தட்டியபின் விட்டுவிட்டேன்.

மணி இரவு ஒன்பது. இருப்பது அதிகம் பேர் இல்லாத ஹோட்டலில், மாடி அறை ஒன்றின் குளியலறையில். மொபைல் போனில் அழைக்கலாம் என்றால் அது குளியலறைக்கு வெளியே, அறையில் மேசை மீது இருந்தது. அதெல்லாம் போக, நான் என் அறையின் கதவை உள் தாழ்ப்பாள் போட்டிருக்கிறேன். வேறு எவரும் வந்தாலும் என் அறைக்கதவைத் திறந்தால் அல்லவா குளியல் அறைக் கதவைத் திறக்கமுடியும்!

நேரம் ஓடிக்கொண்டிருந்தது. மறுநாள் பல்வேறு பொறியாளர் களுக்குப் பட்டங்கள் வழங்கி, விழாப் பேருரை ஆற்ற வேண்டியவன், ஒரு குளியல் அறைக்குள் மாட்டிக்கொண்டு வெளி வரமுடியாமல், தகவலும் தெரிவிக்க முடியாமல்... நல்ல வேடிக்கை இது என்று நினைத்துக்கொண்டேன்.

வேறு என்ன செய்யலாம் என்று சுற்றுமுற்றும் பார்த்தபோது கண்ணில் பட்டது மேலே இருந்த வெண்டிலேட்டர். அதில் குறுக்குக் கம்பிகளும், பக்கவாட்டில் சொருகி வைக்கப்பட்டிருந்த கண்ணாடி தகடுகளும். உட்கார்ந்து குளிக்கப் போட்டிருந்த அதிக உயரமில்லாத ஸ்டூலை சுவர் ஓரமாக வைத்து, அதன் மீது குளியல் வாளியைக் கவிழ்த்து, அதன் மீது ஏறி, வெண்டிலேட்டர் வழியாகச் சத்தம் போட்டு எவரையாவது அழைப்பதுதான் திட்டம்.

செய்தேன். நல்ல வேளையாக என்னை அழைத்துவந்த பேராசிரியர் கீழே தெருவில் நின்றுகொண்டு எவருடனோ பேசிக்கொண்டிருப்பது தெரிந்தது. அவர் பெயரைச் சொல்லிச் சத்தமாகக் கூப்பிட்டேன். அங்கும் இங்கும் பார்த்தவர், சற்று நேரமானாலும், மேலே நான் இருக்கும் பக்கம் பார்த்துவிட்டார்.

விவரம் சொல்லவும், அவர் ஹோட்டல் நபரை அழைத்து வந்தார். அவர்கள் அனைவருமாக ஹோட்டலுக்கு வெளியில், சாலையில் நின்றபடி அந்த பாத்ரூம் கதவை நான் எப்படித் திறக்கலாம் என்று வழி சொன்னார்கள். கதவின் நிலையில் ஒரு கையை வைத்து நன்றாக சுவர்ப் பக்கம் அழுத்தி, அதே நேரம் மறு கையால் கதவின் கைபிடியை மேல் பக்கமாக உயர்த்தித் தூக்குவதுபோலத் தூக்க வேண்டும்; அதே நேரம் கதவை என் பக்கமாக வேகமாக இழுக்க வேண்டும் என்று சொன்னார்கள்.

ஐந்து நிமிடங்கள் முயன்று பார்த்தேன். ஒருவழியாகக் கடைசியில் கதவு திறந்துகொண்டுவிட்டது. அப்பாடா என்றிருந்தது. 'இனி காலை வரை கதவைச் சாத்தாதீர்கள்' என்றார் பேராசிரியர். 'கொஞ்சம் புதுசு பாருங்க. டைட் ஆக இருக்கு. போகப் போகச் சரியாகிவிடும்' என்றார் ஹோட்டல்காரர். அவர்கள் இது ஒன்று மேயில்லை, ரொம்பச் சாதாரணம் என்பது போலப் பேசியதைக் கேட்டபின், வாஷ்பேசின் பற்றி நான் அவர்களிடம் ஏதும் சொல்லவில்லை.

மறுநாள் காலை மீண்டும் குளியல் அறைப் பிரவேசம். கதவு மூடிக் கொண்டுவிடாமல் இருக்க அறையில் இருந்த குப்பைக் கூடையை அணைவு கொடுத்துவிட்டு அதிக கவனத்துடன் நுழைந்தேன். இந்த முறை என்னுடைய போராட்டம் வெஸ்டர்ன் டாய்லெட்டுடன். மேல்நாட்டு பாணிக் கழிப்பறை என்பதால் அருகில் தண்ணீர்க் குழாயோ குவளையோ இல்லை. பேப்பர் ரோல் இருந்தது. தவிர இந்தியர்கள் பயன்படுத்துவதற்காக ஹெல்த் பசெட் (health faucet)

எனப்படும் கையில் எடுத்துப் பயன்படுத்தக்கூடிய குழாய் வைக்கப் பட்டிருந்தது.

இங்கேதான் சிக்கல். அந்தக் குழாய் எந்தப் பக்கத்துச் சுவரில் இருக்க வேண்டும்? வைத்தவர், சுலபமாக அல்லது மேலோட்ட மாகச் சிந்தித்து, இடது கைதானே அதற்குப் பயன்படும் என்று இடது பக்கத்து சுவரில் வைத்துவிட்டார்!

இங்கேதான் சென்ற இதழில் பார்த்த விவரங்களின் (டீடெயில்ஸின்) முக்கியத்துவம் வருகிறது. கதவும் வாஷ்பேசினும் டாய்லெட்டும் இப்படி இருப்பதற்கு யார் அல்லது எது காரணம்?

அந்த ஊரில் ஹோட்டல் ஆரம்பித்தவர் பணத்தில் கருமித்தனம் காட்டவில்லை. கிரானைட் எல்லாம் பயன்படுத்தியிருப்பதைப் பார்த்தால் அவர் தேவைக்கு அதிகமாகவே செய்திருக்கிறார் என்றுதான் சொல்ல வேண்டும். ஆக, இந்தச் சிரமங்களுக்கு அந்த ஊரோ, அந்த முதலாளியோ காரணமில்லை.

'டீடெயில்ஸ் போதாமை'தான் காரணம்.

'யாரிடம் டீடெயில்ஸ் போதவில்லை?'

குளியல் அறைக்கதவு அமைத்தவர், வாஷ்பேசினில் பிளம்பிங் வேலை செய்தவர், கழிப்பறைக்கு பிளம்பிங் வேலை செய்தவர் இவர்களுக்குத்தான் போதவில்லை. நல்ல காய்கறிகள், மசாலாப் பொருட்கள் கிடைத்தும் மோசமாகச் சமைப்பவர்களைப் போன்றவர்கள்தான் இவர்கள்.

என்ன செய்கிறோம், எதற்காகச் செய்கிறோம் என்று கொஞ்சமும் யோசிக்காதவர்கள். அங்கே சக்தியைச் செலவு செய்யாதவர்கள். எடுத்தேன் கவிழ்த்தேன் ரகம்தான்.

'எல்லாம் ஒரே சட்டைதான். துணி, டிசைன் எல்லாம் ஒரே மாதிரிதான். ஆனால், பிராண்டட் சட்டையின் விலையைப் பாருங்கள். அடேயப்பா... எவ்வளவு கூடுதல்!' என்று சிலர் வியப்பார்கள். அவர்கள் கண்ணில்படுவது துணி எனும் பொருள் மட்டும்தான். அந்தத் துணியை என்ன போர்த்திக் கொள்ளவா போகிறோம்? தேவை, பொருத்தமான சட்டை அல்லவா?

காலர் அளவு சரியாக இருக்கிறதா, தையல் எப்படி, பயன்படுத்தி யிருக்கும் நூலின் தரம் என்ன, பட்டன்கள் எப்படி, அதை நுழைக்க

வேண்டிய துளைகள் பட்டனுக்கு நேராக இருக்கிறதா, அவற்றின் காஜா, தோள்பட்டை அளவு, கையின் நீளம் (கனடா போன்ற நாடுகளில் ரெடிமேட் சட்டைகளுக்கு அளவு சொல்லிக் கேட்கும்போது, காலர் சைஸ் மட்டுமில்லாது கையின் நீள அளவையும் கேட்பார்கள். ஒரே 40 அல்லது 42 என்கிற காலர் அளவுகளுக்கு வெவ்வேறு நீளங்களில் கை (முழுக்கை சட்டைகளில்) இருக்கும்). உடல் சுற்றளவு இப்படிப் பல வற்றிலும் அவர்கள் அக்கறை காட்டிச் செய்திருப்பார்கள்.

அக்கறை காட்டுவதென்றால் அதைப் பற்றிச் சிந்திப்பது. அந்தச் சிந்தனையில் நேரம் செலவு செய்வது. அதன் மூலம் மிகச் சரியானவற்றைக் கண்டுபிடித்து அதைப் பயன்படுத்துவது. அதனால்தான் அவை அவ்வளவு 'ஃபிட்' ஆகப் பொருத்தமாக, நீடித்து உழைப்பதாக இருக்கும்.

ஒவ்வொரு சிறிய விஷயத்தையும் பார்த்துப் பார்த்துச் செய்வது என்பார்கள் அல்லவா, அது இதைத்தான். மேலோட்டமாகப் பார்த்தால் எல்லாம் ஒன்று போலத்தான் தெரியும். ஆனால் நுணுகிப் பார்த்தால்தான் வேறுபாடுகள் தெரியும். வேறுபாடுகள் எல்லோருக்கும் தெரியாது. வேறுபாடுகள் தெரிய அதில் நேரம் செலவு செய்யவேண்டும்.

வாஷ்பேசினில் பைப் வைக்கும்போது அதன் கோணம், உயரம், அதில் தண்ணீர் வரும்போது அது விழுந்து மோதக்கூடிய இடம், அதன் வளைவு. இப்படி ஒவ்வொன்றையும் யோசித்து, அதற்கான Trial & Error செய்து பார்த்திருந்தால், பயன்படுத்தும் வாடிக்கையாளர் அந்த சிக்கல்களைச் சந்திக்கவேண்டிவராது. வெற்றியாளர்கள் செய்வது இதைத்தான். இதைச் செய்யப் பெரிய அறிவு ஏதும் தேவையில்லை. அக்கறையும் கவனமும் போதும்.

அது சரி... அப்படிபட்ட அந்த 'உன்னத நிலை'யை அடைய என்ன செய்யவேண்டும் என்று கேட்கிறீர்களா?

சட்டி சுட்டதடா... கைவிட்டதடா! என்ற திரைப்பட பாடல் தெரியுமல்லவா? அதில் வரும் குறிப்பிட்ட இரண்டு வரிகளைத் தான் இந்தக் கேள்விக்குப் பதில் சொல்லப் பயன்படுத்தப் போகிறோம். அவை எந்த வரிகளாக இருக்கும் என்று யூகிக்க முடிகிறதா?

3

எறும்புத் தோலை உரிக்க முடியுமா?

புத்திசாலித்தனத்தின் அடையாளம் அறிவுத்திறமை அல்ல; கற்பனை வளமே.

ஆல்பர்ட் ஐன்ஸ்டீன்

'சட்டி சுட்டதடா, கைவிட்டதடா
புத்தி கெட்டதடா, நெஞ்சைத் தொட்டதடா...'

என்ற பாடலில் வரும், நாம் விவாதித்துக்கொண்டிருக்கிற நுட்பமான விவரங்கள் தொடர்பான அந்த வரிகள்...

'எறும்புத் தோலை உரித்துப் பார்க்க யானை வந்ததடா – நான் இதயத் தோலை உரித்துப் பார்க்க ஞானம் வந்ததடா...'

ஆலயமணி திரைப்படத்துக்காக கவிஞர் கண்ணதாசன் எழுதிய பாடல் வரிகள். இதன் விளக்கம்: எறும்பின் தோலை உரித்துப் பார்த்ததில் அதன் உள்ளே இருந்து யானை வந்ததாம். அதைப் போலவே அவருடைய இதயத்தின் தோலை உரித்துப் பார்த்ததில் அவருக்கு ஞானம் வந்ததாம். இது ஒரு தத்துவார்த்தமான வரி.

'நுட்பமான விவரங்கள்' பற்றிப் பேசிக் கொண்டிருக்கும் இந்தப் பகுதியில் நான் சொல்ல வருவது 'எறும்புத் தோலை உரித்துப் பார்க்க யானை வந்ததடா' என்ற முதல் வரியை மட்டும்தான். இரண்டு வரிகளையும் தொடர்புபடுத்திப் பார்த்தால், அது

கண்ணதாசன் சொல்லும் அற்புதமான தத்துவம். நான் இங்கே விளக்க முயல்வது அந்தத் தத்துவத்தை அல்ல.

இரண்டு ஆண்டுகளுக்கு முன்பு ஒருமுறை அந்தப் பாடலைக் கேட்டபோது, என்ன காரணத்தாலோ மேலே குறிப்பிட்டுள்ள அந்த இரண்டுவரிகளில் முதல் வரியை மட்டும் மனதில் வாங்கி, அதற்கு நானாக ஒரு அர்த்தம் செய்துகொண்டேன். தவறான அர்த்தம் அல்ல; ஆனால், முற்றிலும் வேறு ஒரு அர்த்தம்.

'எறும்புத் தோலை உரித்துப் பார்க்க யானை வந்ததடா' என்ற வரிக்கு நான் செய்து கொண்ட பொருள், 'எறும்பின் தோலை உரித்துப் பார்ப்பதற்கு ஒரு யானை வந்தது' என்பதாகும்.

இந்த வரி மிக அற்புதமானதாக, ஆழமான பொருள் பொதிந்ததாக எனக்குப்பட்டது. எனக்குள் பெருவியப்பை உருவாக்கியது. கவிஞர் சொல்ல வந்தது அதை அல்ல என்றாலும், தனியாக அந்த வரிக்கு அப்படியும் பொருள் சொல்லலாம் இல்லையா. அப்படிப் பொருள் உணர்ந்து கொண்டதால், அந்த வரி தந்த ஆச்சரியம் என்னைப் பல நாட்கள் யோசிக்க வைத்தது. பல சிந்தனைகளை உருவாக்கியது.

ஓவியர் டாவின்சிதான் விமானம், மிதிவண்டிபோன்ற பல்வேறு மருத்துவ மற்றும் அறிவியல் கண்டுபிடிப்புகளுக்கு வித்திட்டவர் என்று சொல்வார்கள். காரணம், அவையெல்லாம் கண்டுபிடிக்கப் படுவதற்கு, உருவாக்கப்படுவதற்கு முன்பாகவே அப்படிப்பட்ட வற்றை டாவின்சி அவரது ஓவியங்களில் வரைந்திருக்கிறார். அதற்குப் பிந்தைய காலத்தில்தான் அப்படிப்பட்டவை வேறு சிலரால் உருவாக்கப்பட்டன. அதுவரை இல்லாதவற்றைக் கற்பனை செய்தது டாவின்சியின் மனம். நம் கவிஞரும் அப்படிக் கற்பனை செய்திருக்கிறார் என்று நினைத்தேன்.

கற்பனை. மனதில் உருவாக்கிப் பார்க்கும் சக்தி. அறிவை விட கற்பனா சக்தியே முக்கியம் என்கிற பொருளில் True sign of Intelligence is not knowledge but Imagination என்பார் விஞ்ஞானி ஆல்பர்ட் ஐன்ஸ்டைன். அப்படியாக எறும்புத் தோலை உரித்துப் பார்க்க யானை வரும் நிகழ்வை நான் கற்பனை செய்து பார்த்தேன். நீங்களும் செய்து பார்க்கலாம்.

எறும்பு எவ்வளவு சிறிய உடல் கொண்டது! அந்த உடம்பில் ஒரு பகுதி சதை. அந்தச் சதையைப் போர்த்தியிருப்பது அதன் தோல். உரிக்கப்பட வேண்டியது அந்தத் தோல்தான். அவ்வளவு சிறிய உடம்பில் இருந்து தோலைத் தனியாக உரிப்பது என்பது

சாத்தியமா? முயன்றால் முடியாததில்லைதான். உரிக்க முடியும் என்றே வைத்துக்கொள்வோம். உரிப்பதற்கு வருகிறவர் யாராம்?

யானையாம். யார் வந்தால் என்ன என்று விடமுடியுமா? நிச்சயம் முடியாது. காரணம், செய்ய வேண்டிய வேலை அப்படிப்பட்டது. மிகவும் சிக்கலானது, நுட்பமானது. நகம் இல்லாதவர்களால் பெரிய வெங்காயத்தின் தோலைக் கூட உரிக்கமுடியாது. ஆனால் இங்கு உரிக்கப்பட வேண்டியதோ எறும்பின் தோல். செய்ய வருவதோ யானை!

நகங்களை விடுங்கள். யானைக்குக் கைகளாவது இருக்கிறதா? நான்கு கால்கள்தான். ஆக, யானை அந்த வேலையை அதன் கால்களால் தான் செய்தாகவேண்டும். காலால் என்றால் காலாலா செய்ய முடியும்? கால் விரல்களைக் கொண்டுதான் செய்ய வேண்டும். யானையின் கால்களில் விரல்கள் உண்டு. ஆனால் அவை நீட்டி மடக்கி, வேண்டும் விதம் வளைத்து வேலை செய்யும் அளவு தனித்தனியாகவா இருக்கும்! மொத்தையாக அது சாப்பிடும் சோற்று உருண்டை போல அல்லவா இருக்கும்!

ஆக, இப்படிப்பட்ட யானை, உடல் எது தோல் எது என்று பிரித்து அறிய முடியாத எறும்பின் தோலை உரிக்க வேண்டுமாம். யானையால் எறும்பை நசுக்க வேண்டுமானால் முடியும். அது கூடச் சந்தேகம்தான். குறிப்பிட்ட ஒரு எறும்பை யானையால் கண்டு உணர்ந்து நசுக்க முடியும் என்று உறுதியாகச் சொல்லக்கூட முடியாது.

ஆக, இப்படிப்பட்ட சவாலான வேலையை எப்படிச் செய்வது? இந்தப் பாடல் வரிக்கும் நாம் பார்த்துக் கொண்டிருக்கும் Getting in to details எனும் 'விவரங்களைத் தெரிந்துகொள்ளுதல்' க்கும் என்ன தொடர்பு?

இந்த இரண்டுக் கேள்விகள் இருக்கின்றன. முதல் கேள்வி, இப்படிப்பட்ட வேலை சாத்தியமா? அதற்கான பதில், 'ஏன் முடியாது? யானையால் முடியாமல் இருக்கலாம். அதற்காக அந்த வேலையே சாத்தியமில்லை என்று சொல்லி விடமுடியுமா?' என்பதுதான்.

இன்றைய தேதிக்கு இதயமாற்று அறுவைச் சிகிச்சை எல்லாம் சாதாரணம். மூளையில் நரம்பு அறுவை சிகிச்சை போன்றவையே சாத்தியமாகியிருக்கிறது. அவ்வளவு ஏன், அணுவையே பிளக்கிறார்கள். ஆக, எறும்பின் தோலை உரிப்பது ஒன்றும்

முடியாததல்ல. என்ன... இதைச் செய்யச் சரியான கருவி தேவை. அவ்வளவுதான். சரியான கருவி என்றால் எப்படிப்பட்ட கருவி?

சிறுவனாக இருந்தபோது, செருப்புப் போடாமல் வெளியில் விளையாடப் போவேன். கிரிக்கெட் மைதானத்தில் முள் குத்தி அதன் முனை பாதத்தில் ஏறிவிடும். விளையாட்டு கவனத்தில் தொடர்ந்து ஓடி ஆடி விளையாட, ஏறிய முள்ளின் முனை சின்ன அளவில் முறிந்து உள்ளேயே நின்றுவிடும். அதை உடன் இருக்கும் நண்பனோ வீட்டுக்கு வந்த பிறகு சகோதரியோ வெளியே எடுப்பார்கள். எப்படி? ஊக்கைப் (சேப்டிபின்னைப்) பயன்படுத்துவார்கள். நல்ல கூரான ஊக்காக இருக்கவேண்டும். எவ்வளவு சிறிய முள்ளோ அவ்வளவு கூரான ஊசி தேவைப்படும்.

அதே போல, மிகச் சிறிய எறும்பின் தோலையும் கூடக் கூரான ஊசி இருந்தால் உரித்துவிடலாம். அதுசரிதான். ஆனால் எறும்பின் தோலை உரிப்பதற்கும் நாம் பார்த்துக் கொண்டிருக்கும் துல்லியமான விவரங்கள் என்ற தலைப்புக்கும் என்ன தொடர்பு என்ற இரண்டாவது கேள்விக்கு என்ன பதில் என்கிறீர்களா?

ஒன்றைப் புரிந்துகொள்ளவும், அதில் தொடர் மேம்பாடு செய்யவும் அறிவுக்கூர்மை தேவை. தீட்டத் தீட்டக் கத்தி கூர்மையாவது போல, செதுக்கச் செதுக்க ஊசியின் முனை கூர்மையாவது போல, ஒரு விஷயத்தைப் பற்றி அதிகம் சிந்திக்க சிந்திக்க, கூடுதலாகப் படிக்க, தொடர்ந்து செய்து பார்க்கப் பார்க்க அதைப் பற்றிய புரிதல் அதிகரிக்கும்.

உதாரணத்துக்கு ஒரு புதிய இடத்துக்கு முதல்முறையாகப் போகிறோம். போய்ச்சேரக் குறிப்பிட்ட அளவு நேரமாகும். அதற்கு ஓரளவு செலவும் ஆகும். அடுத்தமுறை அதே இடத்துக்குப் போக வேண்டிவந்தால் முதல்முறை போனதை விடச் சுலபமாக இருக்குமா இருக்காதா? முதல் முறையைக் காட்டிலும் சீக்கிரமாகவும் பிரயாணச் செலவு சற்று குறைவாகவும் இருக்கும்படி நம்மால் செய்யமுடியாதா?

முடியும். மேலும் அதே இடத்துக்குப் பலமுறை போனால் நாம் அதில் 'எக்ஸ்பெர்ட்'டே ஆகிவிடுவோம். பேருந்து நிலையத்துக்குக் கடைசி நிமிடத்தில் வந்து சரியாகப் பேருந்தைப் பிடிக்கும் அளவுத் தேர்ச்சி பெற்றுவிடுவோம். காரணம், அதைத் தொடர்ந்து செய்ததுதான். பரிச்சயம் உண்டாகி, புரிதல் அதிகமாகிச் சிறப்பாகச் செய்வோம்.

இப்படிப்பட்ட முன்னேற்றம் எல்லாத் துறைகளிலும் ஏற்பட்டிருக்கிறது. எளிய உதாரணம் சொல்வதென்றால், தானாக விளைந்த காய்கனிகளையும், கண்ணில் பட்ட விலங்குகளையும் மனிதன் அப்படியே சாப்பிட்டது கற்காலம். அதைப் பற்றி மனிதன் தலைமுறை தலைமுறையாகத் தொடர்ந்து சிந்தித்ததின் விளைவாக, சமைத்துச் சாப்பிடுவது, தனக்கு வேண்டியதைப் பயிர் செய்து கொள்வது, விளைந்ததைச் சேமித்து வைத்துக் கொள்ளுவது, உணவுப் பொருட்களைப் பதப்படுத்தி வைத்துக் கொள்வது என்று கணிசமான முன்னேற்றம் கண்டான்.

உணவு பற்றிய புரிதலில், மனித இனம் கற்காலத்தில் இருந்து நகர்ந்து நகர்ந்து தற்போது வேண்டியவிதம் விளைவதையே மாற்றிக்கொள்ளும் 'ஜெனிட்டிகலி மாடிபைடு' வரை வந்துவிட்டது.

குட்டைத் தென்னை மரங்கள், மூன்று மாத நெற்பயிர், சேவல் இல்லாமலேயே எண்ணற்ற முட்டைகள் போடும் லகான் கோழிகள் போன்றவை அதற்குச் சிறு உதாரணங்கள். கொலெஸ்டிரால் விழிப்புணர்வு காரணமாகப் பலரும் முட்டையில் உள்ள மஞ்சள் கருவைச் சாப்பிடுவதில்லை. எனவே, இப்போது சில நிறுவனங்கள், கோழியின் வயிற்றில் முட்டை உருவாகும் போதே அதன் மஞ்சள் கருவின் அளவை வெகுவாகக் குறைக்கும் ஆராய்ச்சியில் ஈடுபட்டிருக்கிறார்களாம். இதுவும் ஜெனிடிக்கல் மாடிபிகேஷன், மரபணு மாற்றம்தான்.

இதெல்லாம் சரியா தவறா, இது எங்கே கொண்டு விடப் போகிறது என்பவை முக்கியமான கேள்விகள். ஆனால், நாம் இப்போது இந்த உதாரணத்தைப் பார்ப்பது வேறு ஒரு நோக்கத்துக்காக என்பதால் அதற்குள் போகவில்லை. எதைச் செய்தாலும் அதைச் சிறப்பாகச் செய்வது எப்படி, அதன் மூலம் வல்லவராக ஆவது எவ்வாறு என்பதைத்தான் தொடர்ந்து ஆராயப் போகிறோம்.

எறும்புத் தோலை உரிப்பது போன்ற அளவு நுட்பமாக நம் வேலைகளைப் புரிந்துகொண்டு செய்யவேண்டும் என்பதும், அதைச் செய்யக்கூடிய அளவு அந்த வேலை பற்றிய புரிதலைக் கூர்மையாக்கிக் கொள்ளவேண்டும் என்பதும் இந்த அத்தியாயத்தின் சாரம்.

சிவாஜி கணேசன் நடித்த ஆலயமணி படத்தின் பாடலுடன் இந்த அத்தியாயத்தை ஆரம்பித்தோம். அவருடைய நடிப்புப் பற்றிய

ஒரு கேள்வியுடன் இந்த அத்தியாயத்தை முடிப்போம். அந்தக் கேள்வி...

நடிகர் திலகத்தின் நடிப்பு எந்தப் படத்தில் மேன்மையாக இருந்தது... வீரபாண்டிய கட்டபொம்மனிலா முதல் மரியாதையிலா என்று கேட்டால் அதற்கு எப்படியெல்லாம் பதில் வரும் என்று என்னால் கற்பனை செய்ய முடிகிறது. பதில், சொல்பவரின் ரசனை சார்ந்ததாகப் போய்விடும். அதனால் கேள்வியை இப்படி மாற்றிக் கேட்கிறேன்.

வீரபாண்டிய கட்டபொம்மன், முதல் மரியாதை இந்த இரண்டு படங்களிலும் சிவாஜி கணேசனின் நடிப்பில் நீங்கள் கவனிக்கும் வேறுபாடுகள் என்ன?

4

எது சிறப்பு... அதிகமா குறைவா?

நம் கண்ணுக்குத் தெரியாத பல நுண்ணிய விவரங்கள் தான் எல்லாவற்றையும் தீர்மானிக்கின்றன.

W.G.செபால்ட், வெர்டிகோ

வீரபாண்டிய கட்டபொம்மன், முதல் மரியாதை படங்களில் சிவாஜி கணேசனின் நடிப்பில் என்ன வேறுபாடு என்ற கேள்விக்கு என்ன பதில் சொல்லலாம்? எத்தனையோ விதமாகப் பதில் சொல்லலாம்.

ஆனால், நாம் இங்கே யோசித்துக்கொண்டிருக்கிற 'துல்லியமான விவரங்கள்' என்ற கோணத்தில் இருந்து பார்த்தால், வீரபாண்டிய கட்டபொம்மனில் அவர் செய்தது மிகையான நடிப்பு எனவும், முதல் மரியாதை திரைப்படத்தில் அவர் செய்தது என்பது, 'மிதமான நடிப்பு' (under play) என்ற வகையில் மிகவும் குறைவு என்றும் சொல்லலாம்.

செவாலியே சிவாஜி கணேசனின் திரைப்படங்களை விரும்பிப் பார்த்தவன் நான். அதெல்லாம் வேறு. இங்கே நடிகர் திலகத்தை விமரிசனம் செய்யவில்லை. பேசும் பொருளைப் புரிந்துகொள் வதற்கான உதாரணமாக அதை எடுத்துக்கொள்கிறோம். அவ்வளவுதான். அதனால், உதாரணம் பற்றி அதிகம் விவாதித்து முக்கிய விஷயத்தைக் கோட்டைவிட்டுவிடவேண்டாம்.

சிவாஜிக்குச் சற்று பின்னால் வருவோம். அதற்கு முன்னர் அதேபோன்று மேலும் இரண்டு எடுத்துக்காட்டுகள்.

இன்றைக்கும் பிரபலமாக இருக்கும் ஒரு வில்லன் நடிகர் அவர். தமிழ் தவிர பல்வேறு மொழித் திரைப்படங்களிலும் பிரபலமாக இருப்பவர். ஆரம்ப காலத்தில் ஆ.. ஊ என்று அதிக இரைச்சலாக நடித்தவர். 20 ஆண்டுகளுக்கு முன் எடுக்கப்பட்ட ஒரு படம் வெள்ளி விழாவையும் தாண்டி ஓடியது. அந்தப் படத்தில் அந்த வில்லன் நடிகரின் நடிப்பும் பாராட்டு பெற்றது. அந்த வில்லன் நடிகர் பின்பு ஒரு பேட்டியில் கூறினார், 'சில இயக்குனர்களுக்கு என்னிடம் இருந்து எதை எடுத்துக்கொள்ளவேண்டும் என்று தெரியும். அதை மட்டும் கேட்பார்கள்' என்று.

விஷயம் இதுதான். அந்தப் படத்தின் இயக்குநர், வில்லனிடம் அவரது படத்தில் அதற்கு முந்தைய படங்களில் செய்த அளவு ஆர்ப்பாட்டமாக நடிக்கவேண்டாம் என்று சொல்லியிருக்கிறார். அதாவது குறைத்துக் கேட்டிருக்கிறார். அந்த நடிகரும் அதனால் தான் அந்தப் படத்தில் அவர் நடிப்பு வெற்றி என்று சொல்லுகிறார்.

வீரபாண்டிய கட்டபொம்மனில் செய்ததைவிடக் குறைந்த அளவே முதல் மரியாதையில் சிவாஜி நடித்தார். அதற்காகப் பெரிதும் பாராட்டவும்பட்டார். சமீபத்தில் ஒரு பேட்டியில் நடிகர் தனுஷ் கூறுகையில், இப்படிக் குறைவாக 'நடிப்பது'தான் சிரமம் என்றார். அவரும் நடிப்புக்காக தேசிய விருந்து வாங்கியவர்.

கால ஓட்டத்தில் என்ன நடந்திருக்கிறது?

'நடிப்பின் அளவு' குறைந்திருக்கிறது. ஆனால் அது முன்னேற்ற மாகத் தெரிகிறது.

என்ன இது? சிவாஜி போகப் போக நடிப்பைக் குறைத்து விட்டாரா? அந்த வில்லன் நடிகர் நடிக்காமலேயே பெயர் வாங்கி விட்டாரா? இதென்ன தனுஷ் நடிக்க வேண்டாம் என்று சொல்லுகிறாரே! என்றெல்லாம் தோன்றுகிறதா?

இங்கேதான் விடயம் இருக்கிறது. சின்ன எறும்பு. அதன் குட்டியூண்டு தோலை உரிப்பது என்ன பெரிய வேலையா என்று கேட்பதைப் போன்றதுதான் இந்தக் கேள்விகளும். ஆர்ப்பாட்ட மான நடிப்பு என்பது எந்த ஆரம்ப நிலை நடிகனும் செய்யக் கூடியது. மெலிதாகச் செய்தே அதே தாக்கத்தைக் கொடுப்பதுதான்

சிரமம். அதுதான் முன்னேற்றம். அதுதான் மேன்மை. அதுதான் சாதனை. இந்த அளவுகோல் நடிப்பில் மட்டுமில்லை. நூறு அல்லது ஆயிரம் வார்த்தைகளில் சொல்லுவதை இரண்டு வரிகளில் (எடுக்கவோ கோர்க்கவோ என்பது போல, தோள் கண்டார் தோளே கண்டார், எடுத்தது கண்டனர் இற்றது கேட்டனர் என்பது போலெல்லாம்) சொல்வதுதானே சிறப்பு! அதுதானே போற்றுதலுக்கு உரியது. அதைச் செய்யத்தானே கவிஞன் தேவை.

பல்வேறு இசைக்கருவிகளுடன் கத்தி முழங்கி குதியாட்டம் போட வைப்பது இசையில் ஒரு நிலை என்றால், கைகளால் தொடையில் தட்டியபடி வேறு எந்த இசைக்கருவியையும் வாசிக்காமல் 'பருவமே.. புதிய பாடல் பாடு..' என்று பாடி ஜெயிப்பது வேறு ஒரு நிலை அல்லவா? அதைச் செய்ய ஒரு தைரியம் மட்டுமல்ல தனித்திறமையும் வேண்டுமல்லவா? 'ராசாத்தி... என் உசிரு என்னுதில்லை...' என்ற பாடலும் அந்த வகைதான். இப்படி இன்னும் பல பாடல்கள் இருக்கின்றன.

நெய், தக்காளி, வெங்காயம், முந்திரி, பட்டை லவங்கம், சோம்பு, ஏலம், தேங்காய், கசகசா என்று ஏகப்பட்டவற்றைப் போட்டு ஒரு உணவுப் பதார்த்தம் சமைப்பது ஒரு நிலை என்றால், ஒரு தக்காளி, உப்பு, மிளகு கொஞ்சம் கொத்துமல்லி மட்டும் போட்டு ஒரு அற்புத மான ரசம் வைப்பது அதற்கு நேர் எதிரான ஆனால், உயர்வான செயல் அல்லவா?

குறைத்துச் செய்வதிலே அற்புதம் நிகழ்த்துவதுதானே முன்னேற்றம். அதற்குத்தானே கூடுதல் திறமை தேவை. கிரிக்கெட்டில் ஓங்கி அடிக்காமல், பந்தை மட்டையால் சின்னதாகத் திருப்பி, கிளான்ஸ் செய்து பவுண்டரி அடிப்பதுதானே பார்ப்பவரை 'அட!' சொல்ல வைக்கும்!

ஆக இங்கே இரண்டு தகவல்களைப் பற்றிப் பார்க்கிறோம். முதலாவது, போற்றுதலுக்குரியவை என்பவை பெரிதாக, ஆர்ப்பாட்டமானதாக, அதிக பொருட்செலவில் செய்யப்படுவன வாக இருந்தாகவேண்டும் என்பதில்லை. குறைந்த நேரம், குறைந்த பொருட்கள், குறைவான செயல், செலவு ஆகியவற்றுடன் கூடச் செம்மையானவற்றைச் செய்யமுடியும்.

இரண்டாவது தகவல்: அந்தவிதமாக எல்லோராலும் செய்ய முடியாது. குறிப்பாக ஆரம்ப நிலையில் இருப்பவர்களால் செய்ய முடியாது.

எதில் ஆரம்ப நிலை?

எப்படிச் செய்வது, என்னவெல்லாம் தேவை என்பதைப் புரிந்து கொள்வதில் ஆரம்பநிலை.

இரண்டாவது அத்தியாயத்தில் பார்த்த 'கதவு, வாஷ்பேசின் மற்றும் டாய்லெட்' வேலை செய்தவர்கள், நல்ல பொருட்களை வைத்துக்கொண்டும் ஏன் சுமாரான வேலை செய்தார்கள்? அவர்களுக்கு அப்படியெல்லாம் அந்த வேலைகளைக் கவனித்துச் செய்ய வேண்டும் என்று தெரியவே தெரியாது. அறியாமை. அவர்களிடம் விவரம் இல்லை. அதுதான் புரிந்துகொள்வதன் தொடக்க நிலை.

ஒரு வாடிக்கையாளரைத் திருப்தி செய்யும் அளவு நேர்த்தியாக அந்த வேலையைச் செய்வதென்பது, நுட்பமானது. நல்ல பொருட்கள் கைவசம் இருந்தும் அவர்களால் செய்யமுடியாமல் போனதற்குக் காரணம், அவர்களுடைய வேலை பற்றிய புரிதலும் அதற்கான செய்திறனும் இல்லாமல் போனதுதான்.

பாடுவது, வரைவது, எழுதுவது, நடிப்பது, சமைப்பது, வண்டி ஓட்டுவது, நாற்று நடுவது, பழுது பார்ப்பது, உற்பத்தி செய்வது, இயந்திரம் உருவாக்குவது, பயன்படுத்துவது, விளையாடுவது, நடனம் ஆடுவது என்று வேலை எதுவாகவும் இருக்கலாம். எதைப் புரிந்துகொள்வதிலும் பல நிலைகள் இருக்கின்றன.

புதியவர்கள் அல்லது புரிதலில் ஆரம்ப நிலையில் இருப்பவரால் அதைக் கொஞ்சமும் உணரவோ புரிந்துகொள்ளவோ முடியாது. அதனால் அதைச் சிறப்பாகச் செய்ய இயலாது. அவர்களால் சிறப்பாகச் செய்ய முடியாது என்பது மட்டுமில்லை. அவர்களால் சிறப்பாகச் செய்யப்பட்டதை அடையாளம் காணவோ, அதனால் அதைப் பாராட்டவோ கூட முடியாது. அதனால்தான் அவ்வை யாரும் கற்றாரைக் கற்றாரே காமுறுவர்★ என்றார்.

கற்றாரே என்பதில் அந்த 'ரே' யை அவர் அழுத்திச் சொல்லுவது போல எனக்குத் தோன்றுகிறது. எல்லோருக்கும் சிறப்பான வற்றின் அருமை தெரியாது. நம் கண் எதிரேயே பல கலைஞர்கள் காலம் தாண்டி வரவேண்டிய படைப்புகளைக் கொடுத்துவிட்டு முட்டாள் பட்டம் கட்டிக்கொள்வது இதனால்தான்.

சரி... கற்றலில், தெரிந்துகொள்ளுவதில் ஆரம்ப நிலை என்பதை இன்னும் சற்று கூடுதல் விளக்கமாகப் பார்க்கலாம். அதற்காக ஒரு கேள்வி.

கீழே கொடுக்கப்பட்டிருக்கும் படத்தைப் பாருங்கள். உங்களுக்கு என்ன தோன்றுகிறது?

குறிப்பாக நாம் இந்தப் புத்தகத்தில் விவாதித்துக் கொண்டிருக்கும் 'விவரங்கள்' என்ற கோணத்தில் இந்தப் படத்தைப் பார்த்தால் என்ன தோன்றுகிறது?

5

பராக்குப் பார்ப்பது

பேசுவதைவிட, கேட்பதன் மூலமும் கவனிப்பதன் மூலமும் நீங்கள் அதிக நன்மையைப் பெற முடியும்.

ராபெர்ட் படென் பாவெல்

சென்ற அத்தியாயத்தின் முடிவில் கொடுக்கப்பட்டிருந்த இந்தப் படத்தைப் பார்த்ததும் உங்களுக்கு என்ன தோன்றியது?

இது தெரியாதா? குழந்தைகூடச் சொல்லிவிடுமே என்று படத்தில் இருப்பது யானை என்று சொல்லமாட்டீர்கள் என்பது எனக்குத் தெரியும். அப்படிச் சொன்னால், அந்தப் பதிலும் ஒரு குழந்தை சொல்லும் பதில்போல் ஆகிவிடும் என்பது உங்களுக்குத் தெரியாதா என்ன?

யானை படம் என்பது சரிதான். ஆனால் அந்தப் படத்தில் விவரங்கள் குறைவு. ஒரு யானையின் படத்தைப் போடுவதில்

என்ன விவரங்கள் இருக்க முடியும் என்று இன்னும்கூடச் சிலருக்கு சந்தேகம்வரலாம்.

இப்போது அடுத்த படம்.

முதல் படத்துக்கும் இரண்டாவது படத்துக்கும் இடையே வேறுபாடு இருக்கிறதா இல்லையா? இரண்டாவது படத்தில், யானையின் கண்கள், காதுகள், தந்தம், உடல்வாகு, தும்பிக்கை போன்ற விவரங்கள் இருக்கின்றன அல்லவா?

இரண்டாவது படத்தை வரைந்தவர் யானையை அல்லது யானையின் விவரமான படங்களை நன்கு பார்த்தவராக, கவனித்தவராக, நினைவு வைத்திருப்பவராக இருக்கவேண்டும். இல்லாவிட்டால் இப்படி வரைய முடியாது. கற்பனையில் வரைவது அல்ல இது.

இனி மூன்றாவது மற்றும் நான்காவது படங்கள்.

படம் 4ல் யானை பற்றிய கணிசமான விவரங்கள் இருப்பதைப் பார்க்கலாம்.

கிட்டத்தட்ட யானை ஒன்றை நிழற்படம் பிடித்தது போல விவரங்கள் அந்தப் படத்தில் கொடுக்கப்பட்டிருக்கின்றன. அந்த ஓவியரால் அவ்வளவு விவரங்கள் கொடுக்க முடிந்ததற்கு என்ன காரணம்? அவர் மனதில் அந்த அளவு இருந்திருக்கிறது.

இனி, முதல் படத்தில் இருந்து நான்காவது படம் வரை ஒவ்வொன்றாகத் தொடர்ந்து பார்ப்போம். படத்துக்குப் படம் விவரங்கள் அதிகரித்துக்கொண்டேபோவது கண்கூடாகத் தெரிகிறதா இல்லையா?

நான்காவது படத்தை வரைந்த அந்த ஓவியரால் அவ்வளவு விவரங்கள் கொடுக்க முடிந்ததற்கு என்ன காரணம்?

அவர் மனதில் அந்த அளவு இருந்திருக்கிறது.

அவரிடம் அவ்வளவு தகவல் இருக்க என்ன காரணம்?

அவரால் எடுக்க முடிந்திருக்கிறது.

எடுக்க முடிந்ததற்குக் காரணம்?

அவரது பார்வை அப்படி.

யானையையோ யானையின் வேறு ஒரு படத்தையோ பார்க்காமல் வரைய வேண்டும் என்று சொன்னால், சிலரால் என்ன முயன்றும் முதல் படம் மாதிரித்தான் வரையமுடியும். காரணம், அவர்கள் மனதில் யானை பற்றிய விவரங்கள் அவ்வளவுதான் இருக்கும்.

காரணம் என்ன?

எல்லோர் பார்வையும் ஒன்றல்ல. வெற்றி பெறுகிறவர்களுக்கும் பெறாதவர்களுக்கும் இடையே என்ன வேறுபாடு தெரியுமா? எல்லோரும் வல்லவர்தான். ஆனால் முன்பு பார்த்த செல்போன் உதாரணத்தில் சொன்னதுபோல, சிலர் முயன்று கற்றுக் கொள் வதில்லை. ஊன்றிக் கவனிப்பதில்லை, தொடர்ந்து பயிற்சி செய்வதில்லை.

மேலே சொல்லப்பட்டிருக்கும் மூன்றையும் அடிக்கோடு இட்டுக் கொள்ளுங்கள்.

இரண்டாவது அத்தியாயத்தில் பார்த்த 'பாத்ரூம் கதவு, வாஷ்பேசின், டாய்லெட், ஹோஸ் பைப் வைத்தவர்கள்' செய்த

வேலை, மேலே இருக்கும் நான்கு படங்களில் எந்தப் படத்துக்கு சமம்?

முதல் படம் வரைந்தவர் செய்த வேலை போன்றதுதான் அவர்கள் செய்த வேலையும். எல்லா வேலைகளிலும் இப்படி செய்நேர்த்தி சார்ந்து பல நிலைகள் உண்டு. இவையெல்லாம் திறன் சார்ந்தது அல்ல. முயற்சி சார்ந்தது.

யானையைப் பார்ப்பது எல்லோரும் செய்வதுதான். ஆனால், அந்தப் பார்க்கும் செயலை எப்படி அழுத்தமாக, ஆழமாக, தீர்க்கமாகச் செய்கிறார்கள் என்பதில்தான் மனிதர்களுக்கு இடையே வேறுபாடு வருகிறது.

நுட்பமான விவரங்களைச் சேகரிப்பதுதான் இங்கே முக்கியம். எல்லோருக்கும் தகவல்கள் கிடைக்கின்றன. ஆனால், எல்லோரும் அதைப் புரிந்துகொள்வதில்லை. அது 'தகவல்' என்பதே தெரியாமல் விட்டுவிடுகிறார்கள் சிலர்.

எல்லாப் படைப்பாளிகளும் இந்த விவரச் சேகரிப்பில் திறன் உள்ளவர்கள். கோவை விஜயா பதிப்பகம் வேலாயுதம் சொன்னார்கள், மறைந்த எழுத்தாளர் ஜெயகாந்தனுக்குக் கடைத்தெருவைப் பேசாமல் வேடிக்கை பார்க்கப் பிடிக்குமாம். கோவை வரும் நேரங்களில் வெளியில் கூட்டிப்போனால் வேகு நேரம்கூடப் பேசாமல் பார்த்துக்கொண்டிருப்பாராம்.

ஜெயகாந்தன் என்ன வேடிக்கையா பார்த்துக்கொண்டிருந் திருப்பார்? அவருடைய 'மன கேமரா' பலவற்றையும் சுருள் சுருளாகப் படம் பிடித்து, மன அறையில் சேமித்துக் கொண்டிருந்திருக்கும்.

எழுத்தாளர் சா.கந்தசாமி சொல்லுவார், சிலர் கதை எழுதினால் அதில் விவரங்கள் இருக்காது என்று. மரத்தடியில் நின்றான் என்று எழுதுவார்கள். எந்த மரத்தடியில், அது பூவரசு மரமா ஆல மரமா என்றெல்லாம் எழுதமாட்டார்கள். இன்னும் சிலர் 'மீன் சாம்பார் வைத்தாள்' என்று எழுதுவார்கள். அவர்களுக்கு மீனையும் தெரியாது, சாம்பாரையும் தெரியாது என்பார்.

அவர்கள் என்ன வைத்துக்கொண்டா வஞ்சனை செய்கிறார்கள்! விவரம் இருந்தால்தானே விவரம் வரும். விவரம் சேகரிக்க வில்லை அதனால் விவரம் இல்லை. விவரம் இல்லாததால் எழுதத் தெரியவில்லை. வரையத் தெரியவில்லை, வேலை செய்யத் தெரியவில்லை. அவ்வளவுதான்.

சிலர் கலைப்படங்களை, 'போர்' என்றும் 'ஸ்லோ' என்றும் சொல்வதுண்டு. காரணம் அதன் நீளம். நீளத்துக்குக் காரணம் இயக்குநர் தெரிவிக்க விரும்புகிற 'விவரங்கள்'. சத்யஜித் ரே அல்லது ஷியாம் பெனகல் படங்களை சிலர் அப்படி சொல்லக் கேட்டிருக்கிறேன். 'குடிசையை அவ்வளவு நேரம் காட்டுவார். ஒரு கிழவன் மெதுவாகப் பீடியை எடுத்துப் பற்றவைப்பதை இரண்டு நிமிடம் காட்டுவார்' என்பதுபோலக் குறை சொல்வார்கள்.

இயக்குநர் சொல்ல விரும்புகிற விவரங்கள் தேவைப்படாதவர்களின் பேச்சு அது. அவர்களைச் சொல்லிக் குற்றமில்லை. அவர்களுக்கு அந்த விவரங்கள் தேவையில்லை. ஆனால், இயக்குநர் தெரியாமல் செய்யவில்லை. அதற்கான அங்கீகாரம் அவருக்கு வேறு இடங்களில் கிடைக்கிறது.

சா.கந்தசாமி, ஒரு மாதம் முன்பு சென்னை பாரிமுனையில் இருக்கும் காளிகாம்பாள் கோவிலுக்குப் போனதை என்னிடம் பகிர்ந்துகொண்டார். அவர் சென்ற பேருந்து பற்றி விவரங்கள், அங்கிருந்து ஆட்டோ பிடித்தது, ஒரு வயதான டிரைவர் மீட்டர் படி காசு வாங்கிக்கொண்டது, திரும்பி வந்தபோது கொய்யாப் பழம் வாங்கியது, பின்பு பஸ் ஸ்டாண்ட் வரை நடந்தே வந்தது, ஹாட் சிப்ஸில் டீ குடித்தது போன்ற பலவற்றையும் விவரமாகச் சொன்னார். பின்பு அடுத்த விஷயத்துக்கு நகர்ந்தார்.

நீங்கள் இங்கு ஒரு விஷயத்தைக் கவனித்திருக்கலாம். அவர் எல்லாவற்றையும் விவரமாகச் சொன்னார். அவர் சொல்லாமல் விட்டது கோவில் சந்நிதியில் அம்பாளைப் பார்த்ததையும் வணங்கியதையும். அந்த விவரங்களை அவர் சொல்லாமல் விட்டதற்குக் காரணம், அவர் மனது அந்த விவரங்களை உள்வாங்கிக் கொள்ளவில்லை, பதிவு செய்துகொள்ளவில்லை. அது அவர் ஆர்வம் சார்ந்த விஷயம் இல்லைபோல!

ஆர்வங்கள் வேறுபடலாம். அது இயல்புதான். எல்லோரும் நல்ல ஓவியராக, வரைபவராக, எழுத்தாளராக இருக்கவேண்டும் என்பதில்லை. இவை அவரவர் ரசனை சார்ந்ததுதான். படைப்பாளிகள் அவர்களுக்குத் தேவையானதைக் கவனிப்பதுபோல, எந்தவொரு வேலையைச் செய்பவரும், கற்றுக்கொள்ள விரும்புகிறவரும், தனக்குத் தேவையானதை கவனமாக விவரங்களுடன் உள்வாங்க வேண்டும். விவரங்கள் சேகரிப்பதிலும் பயன்படுத்துவதிலும் தான் வல்லவர் ஆவதன் அடிப்படை இருக்கிறது.

மொத்தத்தில் இந்த அத்தியாயத்தில் முன் வைத்திருப்பது என்ன?

விவரங்களே ஒருவரை வல்லவராக்குகின்றன. எதையும் விவரங் களுடன் உள் வாங்கினால்தான், விவரங்களுடன் வெளிக்கொணர முடியும்.

இப்போது இரண்டு கேள்விகள் தோன்றுவது இயற்கை.

அதிக விவரங்களுடன் இருக்கும் நான்காவது யானை படம்தான் சிறந்ததா? அதை வரைந்தவர்தான் திறமையானவரா?

முன்பு குறைத்துக் கொடுத்து முன்னேற்றம் என்ற பகுதியில் நடிகர் திலகம், வில்லன் நடிகர், தனுஷ், இளையராஜா போன்றோரைப் பற்றிச் சொல்லப்பட்டதே! யானை படத்தை வைத்துச் சொல்லப்படும் கருத்து மாறுபடுகிறதே!

இந்த இரண்டு கேள்விகளுக்கும் பதில் அடுத்த அத்தியாயத்தில்.

அதற்கு ஆயத்தம் ஆவதற்காக ஒரு படம் மற்றும் உடன் ஒரு கேள்வியும்.

சென்ற அத்தியாயத்தில் யானை படத்துக்குச் சில பதில்கள் யோசித்தோம். இப்போது இந்தப் படத்தைப் பாருங்கள். என்ன தோன்றுகிறது?

சிரமமில்லை. முன் அத்தியாயங்களில் பார்த்தவற்றை எல்லாம் ஒரு சேர யோசித்தால், இதைச் சுலபமாகச் சொல்லிவிடலாம். சொல்லிவிட மாட்டீர்களா என்ன?

6

குத்துப் பாட்டிலிருந்து மெல்லிசைக்கு

எண்பொருள வாகச் செலச்சொல்லித் தான்பிறர்வாய்
நுண்பொருள் காண்ப தறிவு.

(திருக்குறள் எண் :
424)

சொல்ல வேண்டியவற்றை எளிய முறையில் கேட்போரின்
மனதில் பதியுமாறு சொல்லிப் பிறர் சொல்லும் நுட்பமான
கருத்துகளையும் ஆராய்ந்து தெளிவதே அறிவுடைமை.

வழக்கமாக, எழுதுவதற்கு முன்தான் பிள்ளையார் சுழி போட்டு
விட்டு ஆரம்பிப்பார்கள். ஆனால், சென்ற அத்தியாயத்தில்,
முடிவில் அல்லவா விநாயகர் படம் போட்டிருந்தது என்று சிலர்
நினைத்திருக்கலாம்.

அட! போகிற போக்கில் அந்தப் படத்தில் இருந்தது, விநாயகர்
என்று விடையைச் சொல்லிவிட்டேனோ!

மீண்டும் அதே படம்.

படத்தில் இருப்பது விநாயகர்தான். இதைக் கண்டுபிடிப்பது அப்படி ஒன்றும் கடினமான வேலை இல்லை. ஆனால், அதற்கு மேலும் இந்தப் படத்தில் கொஞ்சம் 'விவரம்' இருக்கிறது.

அந்த விவரம் என்ன என்பதைப் பார்ப்பதற்கு முன்னால் மேலும் சில படங்களையும் பார்த்துவிடலாம்.

முதல் படத்தையும் சேர்த்து இப்போதும் மொத்தம் நான்கு படங்கள் இருக்கின்றன. இந்த நான்கு படங்களையும் கொடுக்கப் பட்டுள்ள வரிசையிலேயே ஒவ்வொன்றாக நிதானமாகப் பாருங்கள்.

என்ன தோன்றுகிறது?

முன்பு யானை படங்களில் சொன்னதுதான். படத்துக்குப் படம் 'விவரங்கள்' அதிகரிக்கின்றன என்பதைக் கவனித்திருப்பீர்கள். முதல் படத்துக்கும் நான்காவது படத்துக்கும் இடையே இருக்கும் விவரங்களில் ஏராளமான வேறுபாடுகள் உண்டுதானே!

முன்பு என்ன சொன்னோம்?

'கூடுதல் விவரங்கள் இருப்பது சிறப்பு. கூடுதல் விவரங்களைப் படம் வரைகிறவரால் கொடுக்க முடிவதற்குக் காரணம், அவரிடம் இருக்கும் விவரத்தின் அளவு. அவர் அதிகமாகச் சேகரித்திருக்கிறார். விவரம் சேகரிப்பவரால்தான் விவரம் கொடுக்க முடியும்' என்று சொன்னோம். சரிதானே?

அந்த விதத்தில் பார்த்தால் இந்த நான்கு படங்களில் எந்தப் படம் சிறப்பானது? இந்த இடத்தில் சிலர் எளிதாக முடிவெடுப்பார்கள். முன்பு யானைப் படத்துக்குச் சொல்லப்பட்டதை வைத்து, நான்காவது படம்தான் சிறப்பு என்ற முடிவுக்கு வந்துவிடு வார்கள். ஆனால் வேறு சிலர் உடனே பதில் சொல்லமாட்டார்கள். யோசிப்பார்கள்.

எப்படி யோசிப்பார்கள்? 'அந்த யானைப் படம் வரிசையில் முதல் படம் குழந்தை வரைந்ததுபோல, விவரம் குறைவாக, 'யானை போல' மட்டுமே இருந்தது.

நான்காவது படம் ஒரு யானையைப் புகைப்படம் எடுத்தது போலச் சரியான, துல்லியமான விவரங்களுடன் இருந்தது.

ஆனால், விநாயகர் பட வரிசை அப்படியில்லை! இந்த நான்கு படங்களில் முதல் படம் வித்தியாசமாக இருக்கிறதே என்பது போல யோசிப்பார்கள்.

விநாயகர் பட வரிசையில் முதல் படம் எப்படி இருக்கிறது? அதில் அப்படி என்ன வித்தியாசம் என்று கேட்டால், 'முதல் படமே விவரமான படம் போலத்தான் இருக்கிறது' என்று சொல்வார்கள்.

ஏன் தெரியுமா? பார்க்க எளிமையாக இருக்கிறதே தவிர, அது ஒரு தேர்ந்த ஓவியம். அப்படி வரைய மிக அதிகமான விவரம் வைத்திருப்பவர்களால்தான் முடியும். அந்தப் படத்தில் அளவுகள், வளைவுகள் எல்லாம் எவ்வளவு சரியான விதத்தில் இருக்கின்றன என்பதை நீங்களும் கவனித்திருப்பீர்கள்.

இதே போலக் குறைந்த 'வரைதல்' மூலமே மிகச் சிறப்பான படத்தைத் தரும் வேறு 'சாம்பிளும்' பார்த்துவிடலாம். இங்கேயும் நான்கு படங்கள்.

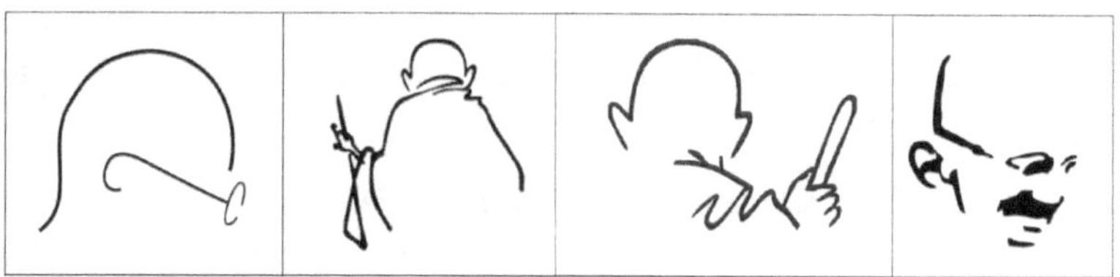

மேலே உள்ள படங்களில் இருப்பவர் மகாத்மா காந்தி. எல்லாமே கோடுகள்தான். மொத்தம் நான்கு படங்கள். நான்குமே மிகக் குறை வான ஆனால் மிகச் சரியான விவரங்களுடனான படங்கள்.

ஓவியர்கள் மட்டுமில்லை. தேர்ந்த நடிகர்கள், இசையமைப் பாளர்கள், நடனக்காரர்கள், நாயனக்காரர்கள், கவிஞர்கள், சமையற் கலைஞர்கள், விளையாட்டு வீரர்கள் எல்லாம் செய்வது இதைத்தான். இப்படிச் சிறிது கொடுத்துப் பெரிது செய்யும் வித்தைதான் முன்னேற்றம்.

இந்த விவரம் அறிதல்தான் வல்லவராகும் சூட்சமம். செய்யும் வேலை, கற்றுக்கொள்ளும் தொழில் அல்லது வித்தை எதுவாக இருந்தாலும் இதுதான் சூத்திரம்... விவரம்!

கற்றலில்...

ஆரம்பநிலை - கொஞ்சமாகச் சொல்வது (விவரம் தெரியாமல்)

அடுத்தநிலை - நிறையச் சொல்வது (விவரம் தெரிந்து)

உயர்நிலை - கொஞ்சம் சொல்வது (விவரம் அறிந்து(ம்))

என மூன்று இருக்கின்றன.

எதைச் செய்ய ஆரம்பிக்கும் போதும் 'அ' என்ற ஆரம்ப நிலையில் இருப்போம். மெல்ல மெல்ல அது புரிய ஆரம்பிக்கும்போது, அடுத்த நிலையான 'ஆ' வுக்கு வருவோம். தொடர்ந்து செய்து பழக, உயர் நிலையான 'இ' வுக்குப் போய்விடுவோம்.

சென்ற அத்தியாயத்தில் சொன்னதுபோலச் சிலர் முயன்று கற்றுக் கொள்வதில்லை; ஊன்றிக் கவனிப்பதில்லை; தொடர்ந்து பழகு வதில்லை. அதன் காரணமாக முதல் நிலையிலேயே இருந்துவிடுகிறார்கள்.

இரண்டாவது அத்தியாயத்தில் பார்த்த அந்த 'குளியல் அறைக் கதவு வைத்தவர், வாஷ்பேசினில் பிளம்பிங் வேலை செய்தவர் மற்றும் கழிப்பறைக்கு பிளம்பிங் வேலை செய்தவர்கள்' அப்படி சுமாரான வேலை செய்ததற்குக் காரணம், அவர்கள் இன்னமும் வேலையைக் கற்றுக்கொள்வதில் ஆரம்ப நிலையிலேயே இருப்பதுதான்.

மசாலா குழம்புக்கும் கொத்தமல்லி ரசத்துக்கும் இடையே என்ன வேறுபாடு? எது சமையலில் 'அ' போன்றது... எது 'இ' போன்றது?

7

நிலக்கரி – மண்ணெண்ணெய் – கேஸ்

சில நேரங்களில் உங்கள் நட்பு வட்டம் அளவில் சிறிதாகி
ஆனால் வலிமையில் பெரிதாகக்கூடும்.

- யாரோ

ஒரு கல்லூரி. ஆண்டுவிழா நிகழ்ச்சிக்கு அழைத்திருந்தார்கள். போனேன். அது தென் தமிழ்நாட்டில் இருக்கும் ஒரு சிறு நகரம் அல்லது டவுன். தாளாளர், பிரின்சிபல் மற்றும் செயலாளர் எல்லாம் பேசிய பிறகு நான் இறுதியாகப் பேசவேண்டும். கல்லூரிப் படிப்பு முடித்து வெளியில் செல்லவிருக்கும் மாணவ மாணவியருக்குப் பயன்படும்விதமாக அறிவுரை போலில்லாமல் தகவல் சொல்லவேண்டும். அதன்பிறகு மாணவர்களின் கலை நிகழ்ச்சிகள் நடக்கும். இதுதான் நிகழ்ச்சி நிரல்.

பெரிய மேடை... ஆனால், அதில் நடக்கக்கூட இடமில்லாத அளவுக்கு மூன்று வரிசைகளில் சுமார் 20 நாற்காலிகள்! உள்ளூர் பிரமுகர்கள், அரசியல் கட்சித் தலைவர்கள், வங்கியாளர், தாளாளரின் மாமன், நிறுவனத்தின் வழக்குரைஞர் என மேடை முழுவதும் கல்லூரி தாளாளருக்கும் நிர்வாகத்துக்கும் ஏதோ ஒருவிதத்தில் வேண்டியவர்களின் கூட்டம்.

வரவேற்புரை ஆற்றத் தொடங்கிய தாளாளர் மேடையில் இருந்த அனைவரையும் அறிமுகம் செய்தார், அனைவருக்கும

பொன்னாடை போர்த்தினார். நினைவுப்பரிசுகள் வழங்கினார். போட்டோகிராபர் 'சரி நகரலாம்' என்று இடது கையைத் தூக்கிச் சைகை காட்டும்வரை ஒவ்வொருவருடனும் நின்று நிதானமாக போட்டோ எடுத்துக்கொண்டார். அனைவரையும் ஓரிரு வார்த்தைகள் பேசவும் சொன்னார். அவர்களும் பேசினார்கள். சிலர் மிக அதிக நேரம் எடுத்துக்கொண்டு பேசினார்கள்.

காலையில் இருந்து அருகிலேயே நின்று கண்காணித்துக் கொண்டிருந்த ஆசிரியர்களின் மேற்பார்வையையும் மீறி மாணவர்கள் சிறுசிறு பேச்சுகளில் ஈடுபட ஆரம்பித்தார்கள். என்னைப் பேச அழைத்தபோது மதியம் மணி ஒன்றுக்கு மேல். பார்வையாளர் கூட்டம் அசந்தும் கலைந்தும் போயிருந்தது. பசியும் இருக்கும் என்று உணர்ந்தேன். சுருக்கமாகப் பேசி சீக்கிரமே முடித்தேன். பலமான கைதட்டல். இன்னும் அதிக நேரம் பேசியிருக்கலாமே என்றார் தாளாளர்.

இப்படிப்பட்ட கூட்டங்கள் ஒருவகை என்றால், கோவையில், கிருஷ்ணா ஸ்வீட்ஸும் 'நமது நம்பிக்கை' இதழும் இணைந்து நடத்தும், 'வல்லமை தாராயோ' என்ற தலைப்பில் நடத்தப்படும் கூட்டங்கள் முற்றிலும் நேர்மாறானவை. அது எப்படி நடக்கும் தெரியுமா?

மேடையில் ஒரே ஒரு நாற்காலிதான் போடப்பட்டிருக்கும். அது அன்றைய கூட்டத்தின் பேச்சாளருக்கு. அவரை அறிமுகம் செய்பவர் ஒருவர். அவர் மேடைக்குக் கீழே பக்கவாட்டில் மேசை போட்டு அமர்ந்திருப்பார். வேறு எவருமே பேசமாட்டார்கள். கூட்டம் சரியாக ஆறுமணிக்குத் தொடங்கும். சரியாக எட்டு மணிக்கு முடிந்துவிடும். ஒவ்வொரு கூட்டமும் இப்படித்தான். பல ஆண்டுகளாக நடக்கிறது.

'மேடை போட்டு விட்டோமே, தெரிந்தவர்கள் வந்திருக் கிறார்களே ஒருவரை அழைத்து மற்றொருவரை விட்டுவிட்டால் தவறாக நினைத்துக்கொள்வார்களே!' இப்படியெல்லாம் நினைப்பதில்லை. இது வேறுவகை.

இரண்டும் வெவ்வேறு வகையான கூட்டங்கள் என்றாலும், இரண்டு வகைக்கூட்டங்களும் வெவ்வேறுவிதங்களில் நடப்பதை நீங்களும் கவனித்திருக்கலாம்.

கல்லூரியில் நடந்த கூட்டம், 'கூட்டம் நடத்துவது' என்கிற விஷயத்தில் 'அ' என்ற ஆரம்பநிலை. இன்னும் சில ஆண்டுகள் கழித்து அங்கே சென்றால், மேடையில் இவ்வளவு கூட்டம்

இருக்காது. இருக்கக்கூடாது. அவர்கள் 'வளர்ந்திருப்பார்கள்'. வளர்ந்திருக்க வேண்டும். அப்படி நடக்கிற கல்லூரி ஆண்டு விழாக்களும் உண்டு.

கோவையில் நடக்கும் வல்லமை தாராயோ கூட்டம், 'கூட்டம் நடத்தும் கலையில் 'இ' என்ற உயர்ந்த நிலை.

இரண்டு ஆண்டுகளுக்கு முன்பு 'செயல்களில் எடிட்டிங்' என்று அமுதசுரபியில் ஒரு கட்டுரை எழுதியிருந்தேன். எந்தச் செயல் பாட்டிலும் எது தேவையோ அதை மட்டுமே கொடுக்க வேண்டும். வேண்டாதவற்றை உரியவரே தராமல் தள்ளுவதுதான் வளர்ச்சி. அதுதான் முன்னேற்றம்.

சென்ற அத்தியாயத்தின் இறுதியில் கேட்ட 'மசாலாக் குழம்பு மற்றும் மல்லி ரச' கேள்விக்கு என்ன பதில்?

ஏகப்பட்ட மசாலாப் பொருட்களைப் போட்டுச் சமைத்தால், அது எப்படியும் நல்ல சுவையில் உருவாகிவிடும். அதை ஓரளவுதான் கெடுக்கமுடியும்! ஆனால், குறைந்த பொருட்களைக் கொண்டு செய்யும் ரசம் வைக்கத்தான் கூடுதல் சமையல் அறிவு தேவை. ஆக, மசாலாக் குழம்பு 'அ' வகை. ரசம் 'இ' வகை.

காரசாரமான குழம்புதான் ருசியின் ஆரம்ப கட்டம். மெல்லிய மணத்தைக் கண்டுபிடிப்பது, உணர்வது, ரசிப்பது எல்லாம் நுட்பமான வேலை. போகப் போகவே அவை புலப்படும்.

அதேபோலத்தான் உடைகளில் வண்ணங்களும். 'அடிக்கிற' கலர்கள் ஆரம்ப நிலை. லேசான நிறங்களை ரசிக்க முடிவது முன்னேற்றம். அலங்காரத்திலும் இந்த வகைகளைப் பார்க்கலாம். ஏராளமான நகைகள், பெரிய பார்டர் பட்டுப்புடவை அணிந்து அழகாக இருப்பது ஆரம்பநிலை. குறைவான நகைகளுடன், விலை குறைந்த பருத்தி ஆடைகளிலேயே மிளிர்வது உயர்நிலை.

நகைச்சுவையிலும் இந்த வேறுபாடுகளைப் பார்க்கமுடியும். அடித்து உதைத்து கீழே தள்ளி, தலையில் மாவு டப்பா கவிழ்ந்து சிரிப்பு மூட்டுவது எல்லாம் ஆரம்ப நிலைகள். போகிற போக்கில் ஒரு சின்னப் பார்வையில், சின்ன வாக்கியத்தில் புன்னகையை வரவழைப்பது மேல் நிலை. அதை 'சட்டிலாக' (Subtle) என்பார்கள் ஆங்கிலத்தில்.

எரிபொருளில்கூட இந்த அமைப்பைப் பார்க்கலாம். நிலக்கரி கனமானது. 'சாலிட்'. குறைவான சக்தி பெறவே நிறைய கரியை

எரிக்க வேண்டியிருக்கும். அதற்கு அடுத்த கீழ் நிலையில் திரவம் 'லிக்விட்'. மண்ணெண்ணெய் போல. கரி அளவுக்குத் தேவைப் படாது. அதைவிடக் குறைந்த அளவிலான மண்ணெண்ணெய், டீசல் போன்றவற்றிலேயே கூடுதல் சக்தியைப் பெற்றுவிடமுடியும்.

அவற்றைவிடவும் எடை குறைவானது LPG கேஸ். ஆனால் அது லகுவாய், புகை இல்லாமல் கூடுதல் எரிசக்தி தரவல்லது. இந்த மூன்றில் அதுதான் உயர் நிலை. அதைக் காட்டிலும் உயர்வகை விமானங்களுக்குப் பயன்படும் பெட்ரோல். எல்லாவற்றையும் விட அடர்த்தி குறைவு. எரி திறன் மிக மிக அதிகம்.

இசையும் விதிவிலக்கல்ல. சங்கீதத்தில் ஆலாபனை, சங்கதிகள், கமகங்கள்.. என்று எவ்வளவோ இருக்கின்றன. ஆரம்ப நிலையில் இருப்பவர்களால் அடையாளம் காணமுடியாதவை. ஆனால் அவை இருக்கின்றன. இசையிலேயே ஊறியவர்களுக்கு வேறு பாடுகள் தெரியவரும்.

இசை, சமையல், கூட்டங்கள் நடத்துவது, நடிப்பு, பேச்சு, எழுத்து, நகைச்சுவை என்று பல்வேறு உதாரணங்களை விலாவாரி யாகவே பார்த்தாயிற்று. ஒன்றில் வல்லவராவதற்கு நிறையத் தெரிந்திருக்க வேண்டும். ஆனால் அதிக அளவு கொடுத்தாக வேண்டிய கட்டாயம் இல்லை. தேவையானதை மட்டும் கொடுத்தால் போதும்.

மொத்தத்தில் நிறைய எடுத்துவந்து வைத்துக்கொண்டு, கொஞ்சம் கொஞ்சமாய் வேண்டாதவற்றைத் தள்ளும் வழிமுறைதான் முன்னேற்றம். அதிகம் உருவாக்குவது அல்ல. வேண்டாதன வற்றைத் தொடர்ந்து விலக்குதலே முன்னேற்றம்.

வல்லவராவதற்குத் தேவையான மற்றொன்றை இனி 'டீடெயிலாக'ப் பார்க்கலாம்.

ரங்கராஜன் என்பவருக்கு உடல் எடை தொடர்ந்து குறைந்து கொண்டே வந்தது. என்ன சாப்பிட்டாலும் எடை குறைவது மட்டும் நிற்கவில்லை. சென்னையில் இருக்கும் பிரபலமான மருத்துவமனைக்கு அழைத்துப்போனார்கள். அவரைப் பார்த்த மருத்துவர் ரங்கராஜனை அங்கேயே சேர்க்கச் சொல்லி விட்டார்கள். பத்து நாள் ஆகிவிட்டது. ஒவ்வொரு நாளும் ஒவ்வொரு ஸ்பெஷலிஸ்ட்கள் பார்ப்பார்கள். பரிசோதனை களுக்கு எழுதிக்கொடுப்பார்கள். இறுதியாக ஒரு மருத்துவர் சொன்னார், 'உங்கள் கணவருக்கு கேன்சர்'

8

டாக்டர்களுக்குள் என்ன வேறுபாடு?

எந்தவித மதிப்பீடுகளும் செய்யாமல் ஒன்றைக் கூர்ந்து கவனிப்பதே அறிவின் உச்சம்.

- ஜித்து கிருஷ்ணமூர்த்தி

ரங்கராஜன் என்பவரின் உடல் எடை ஏனோ தொடர்ந்து குறைந்து கொண்டே வந்தது. எவ்வளவு சாப்பிட்டாலும், என்ன மருந்து சாப்பிட்டும் எடை குறைவது மட்டும் நிற்கவில்லை. மருத்துவ மனைக்கு அழைத்துப் போனார்கள். மருத்துவர் சொன்னதன் பேரில் 'இன் பேஷண்ட்' ஆகச் சேர்த்து விட்டார்கள்.

ஒவ்வொரு நாளும் வெவ்வேறு மருத்துவ நிபுணர்களைப் பார்த் தார்கள். பல பரிசோதனைகள் செய்தார்கள். பத்து நாட்கள் கடந்தபின் ஒரு மருத்துவர் ரங்கராஜனின் மனைவிடம், 'உங்கள் கணவருக்கு கேன்சர் அம்மா' என்று சொன்னார்.

மனைவி மயங்கிவிட்டார். ரங்கராஜன் காதிலும் விழுமாறுதான் அந்த மருத்துவர் சொன்னார் என்பதால், அவருக்கும் பயங்கர அதிர்ச்சி. பின்பு ஒரு வழியாகச் சமாளித்துக்கொண்டு, தெரிந்த வரிடம் சொல்லி, சிபாரிசு செய்து டிஸ்சார்ஜ் வாங்கிக்கொண்டு வீடு வந்தார்கள். ரங்கராஜனுக்கு வயது நாற்பது. மனைவிக்கு 38. இரண்டு பிள்ளைகள்.

குடும்பத்தினர், நெருங்கிய உறவினர்கள், நண்பர்கள் கூடி யோசித் தார்கள். நண்பர் வலியுறுத்தியதன் பேரில் வேறு ஒரு மருத்துவ மனைக்குக் கூட்டிப்போனார்கள். அந்த மருத்துவர் வயதானவர். நெப்ராலஜிஸ்ட். சிறுநீரக ஸ்பெஷலிஸ்ட்

குடும்பத்தினர் கொடுத்த ஃபைல்களை வாங்கி மேசை மீது ஓரமாக வைத்துவிட்டார். ரங்கராஜன் மனைவி சொன்னவற்றைக் கேட்டுக் கொண்டு ரங்கராஜனைக் கட்டிலில் படுக்கச் சொல்லிவிட்டுத் தொட்டுப் பார்க்க ஆரம்பித்தார். இடையில் மனைவி ஏதோ சொல்ல முற்பட்டபோது பேசவேண்டாம் என்று கையமர்த்தினார். ரங்கராஜனிடம் மட்டும் அவ்வப்போது சின்னச் சின்னக் கேள்விகள் கேட்டு விவரங்கள் பெற்றுக்கொண்டார். தொடர்ந்து நிதானமாக, சுமார் நாற்பது நிமிடங்கள் ஆராய்ந்தார்.

வாஷ்பேசினில் கையைக் கழுவிவிட்டு, துண்டில் கையைத் துடைத்துவிட்டு நாற்காலியில் அமர்ந்தார். நிதானமாக ஆனால் அழுத்தமாகச் சொன்னார், 'அவருக்கு கேன்சர் இல்லை'.

'அந்த ஹாஸ்பிட்டலில் சொன்னார்களே...'

'கண்டிப்பா கேன்சர் இல்லைம்மா. நான் நல்லா செக் பண்ணிட்டேன். அவருக்கு இருக்கும் பிரச்னை, நோய் எதிர்ப்பு சக்தி இல்லாததுதான். வெள்ளை அணுக்கள் தொடர்பானது. மருந்து சாப்பிட்டே குணமாக்கிடலாம்.'

'வேற டெஸ்ட் செய்யணுமா டாக்டர்.'

'தேவையில்லை.'

அதற்கடுத்த ஒரு மாதத்தில் ரங்கராஜன் குணமாகிவிட்டார். ரங்கராஜனை விட்டுவிடுவோம். 'விவரங்கள்' தான் நமது 'சப்ஜெக்ட்'. அது தொடர்பானவற்றைச் சொல்லவே ரங்கராஜன் உதாரணம்.

மேலே பார்த்தவற்றில் முக்கியமான பகுதி எது என்று நினைக்கிறீர்கள்?

வல்லவராவதற்குத் தேவையான மற்றொன்றை வரும் அத்தியாயங்களில் இனி 'டீடெயிலாக'ப் பார்க்கப்போகிறோம் என்று சென்ற அத்தியாயத்தில் சொல்லியது நினைவிருக்கலாம். அந்த ஒன்றைத்தான் ரங்கராஜனைச் சோதித்த டாக்டர் செய்தார். அதுதான் முக்கியமான பகுதி.

அவர் என்ன செய்தார் என்பதைச் சொல்லும்முன், வேறு ஒரு மருத்துவர் செய்த பரிசோதனையையும் பார்த்துவிடலாம். அந்த வேறுபாடு விவரம் சொல்லும்.

அவர் ஒரு தோல் மருத்துவர். சென்னையில் புரசைவாக்கம் போன்ற பரபரப்பான பகுதி ஒன்றில் கிளினிக் வைத்திருக்கிறார். அவரைப் பார்க்க ஏகப்பட்ட நோயாளிகள் வருவார்கள். அப்பாயிண்ட்மெண்ட் இல்லாமல் அவரைப் பார்க்கமுடியாது. அவர் அறைக்கு வெளியே ஒரு சிறு ஆபீஸ். அங்கு அமர்ந்திருக்கும் ரிசப்ஷனிஸ்ட்தான் ஒவ்வொருவரையாக அப்பாயிண்ட்மெண்ட் படி உள்ளே அனுப்புவார்.

பேஷண்ட் உள்ளே வந்ததும் அவருக்கு என்ன பிரச்னை கேட்பார். ஆனால், நோயாளி சொல்வதை முழுமையாகக் கேட்கமாட்டார். காதில் கொஞ்சம் வாங்கியதுமே, பிரச்னை இருக்கும் இடத்தைக் காட்டச் சொல்லுவார். உடனடியாக அவரது ப்ரிஸ்கிருப்ஷன் பேப்பரை எடுத்து மருந்து எழுத ஆரம்பித்துவிடுவார்.

எப்போதுமே அவரால் பேஷண்ட் சொல்வதை முழுமையாகக் கேட்க இயலாது. சில சமயங்களில் பேஷண்ட்டைப் பார்த்துக் கொண்டிருக்கும்போது அவரது செல்ஃபோன் ஒலிக்கும். பேசுவார். உடன், அவரது ரிசப்ஷனிஸ்டைக் கூப்பிடுவார். ஏதாவது கேட்பார். மீண்டும் எதிரில் அமர்ந்திருக்கும் பேஷண்டைப் பார்ப்பார். அவர் ஏதாவது சொல்ல அல்லது கேட்டக ஆரம்பித்தால், காதில் வாங்காமலேயே 'இதைச் செய்யுங்க. பிறகு வந்து பாருங்க' என்று எழுதிய சீட்டைக் கையில் கொடுத்து அனுப்பிவிட்டு, 'நெக்ஸ்ட் பேஷண்ட் பிளீஸ்' என்பார் அழைப்பு மணியை அழுத்தியபடி.

அதே பேஷண்ட் அடுத்தமுறை வந்து பிரச்னை தீரவில்லை என்றாலும் அப்போதும் என்ன ஏது என்று முழுமையாகக் கேட்கமாட்டார். பேச விடமாட்டார். அப்படியா என்று கேட்டு விட்டு, விறுவிறுவென்று வேறு மாத்திரைகள் மருந்துகள் எழுதிக் கொடுப்பார். வாசல் கதவைப் பார்த்தபடி 'நெக்ஸ்ட் பேஷண்ட் பிளீஸ்' என்பார் வேகமாக.

வேறுபாடு புரிந்திருக்கும். அப்சர்வேஷன் என்ற கவனித்தல்தான் வித்தியாசம். ரங்கராஜனைப் பரிசோதித்த மருத்துவர் எவ்வளவு நிதானமாக, வேறு இடையூறுகளைத் தவிர்த்துவிட்டு, பொறுமை யாக வேண்டிய அளவு நேரம் எடுத்துக்கொண்டு, ஆராய்ந் திருக்கிறார். நோயாளியிடம் மட்டும் தேவைப்பட்ட விவரங்கள்

வாங்கிக்கொண்டு கவனம் பிசகாமல் கவனித்துப் பார்த்திருக்கிறார்!

ஆனால், அடுத்து பார்த்த அந்தத் தோல் மருத்துவர், நோயாளியிடம் இருந்து எந்தத் தகவலையும் பெறவில்லை என்பது தவிர, அவருடைய கவனம் நோயாளி மீது முழுமையாக இல்லை. ஏனைய விஷயங்கள் அவர் மனதில் வந்துபோயிருக் கின்றன. செய்த வேலையில் முழுமையாகக் கவனம் செலுத்த வில்லை.

இதுதான் இருவருக்குள்ளும் வேறுபாடு.

ரங்கராஜனை முதலில் பார்த்த மருத்துவமனையிலும், தோல் மருத்துவர் பார்த்தவிதமாகத்தான் பார்த்திருப்பார்கள்போல. அதனால்தான் அவர்களால் சரியான நோயைக் கண்டறிய முடியவில்லை.

வல்லவர்கள் அவர்கள் துறையில் நன்கு 'அப்சர்வ்' செய்பவர்கள்.

விஷயம் OBSERVATION தான் இதே அப்சர்வேஷன் பற்றி முன் அத்தியாயங்களிலும் பார்த்திருக்கிறோம். எழுத்தாளர் ஜெயகாந்தன், சா.கந்தசாமி, சத்ஜித்ரே என்கிற படைப்பாளிகள் செய்யும் அப்சர்வேஷன்கள் எப்படி என்று பார்த்தோம்.

படைப்பாளிகள் மட்டுமில்லை. எந்தத் துறையில், என்ன வேலை செய்பவராக இருந்தாலும் அப்சர்வேஷன் முக்கியம்.

உடல்நலக்குறைவில் அவதிப்பட்டுக் கொண்டிருந்த ரங்கராஜன் எவர் கேட்டாலும் தகவல்கள் கொடுத்திருப்பார். அவர் குடும்பத்தாரும் கொடுத்திருப்பார்கள். ரங்கராஜனை எந்த மருத்துவர் வேண்டுமானாலும் எவ்வளவு நேரம் வேண்டு மானாலும் சோதனை செய்திருக்கலாம். அவர் இடம் கொடுத் திருப்பார். ஒத்துழைத்திருப்பார்.

இரண்டு இடங்களில் அவரைப் பார்த்த மருத்துவர்களும் நன்கு படித்தவர்கள்தான். திறமை உள்ளவர்கள்தான். ஆனால், ஒருவர் கண்டுபிடித்துவிட்டார். மற்றவர்கள் தவறவிட்டுவிட்டது மட்டு மில்லாமல் கேன்சர் என்று இல்லாத ஒன்றையும் சொல்லியிருக் கிறார்கள்.

தோல் மருத்துவரும் அப்படித்தான் பலருக்கும் வைத்தியம் செய்து கொண்டிருக்கிறார். அவர் படிப்பும் திறமையும் உயர்வானவைதான். ஆனால் அவருடைய குறைபாடும் கண் எதிரே இருப்பவற்றைக் கவனிக்காததுதான்.

விஷயம் என்னவெனில், எல்லோரும் கவனிப்பதில்லை. அல்லது கவனிக்கவேண்டியவற்றைக் கவனிப்பதில்லை.

கிரிக்கெட் வீரர் டெண்டுல்கரை இந்த நேரம் நான் குறிப்பிட விரும்புகிறேன். எதற்காக இருக்கும் என்று யூகிக்க முடிகிறதா?

9

கவனிக்கும் அளவு வெற்றி

கூர்ந்து கவனிப்பதும் ஒப்புமை வேற்றுமைகளை அலசி
ஆராய்வதுமே மனித அறிவின் ஆதார அம்சங்கள் என்று
சொன்னால் அது மிகையல்ல

- ஆல்ஃபிரட் நோபல்

கிரிக்கெட் விளையாட்டுபற்றி பலருக்கும் தெரியும். சிலருக்குத்
தெரியாது. அட! கிரிக்கெட் பற்றித் தெரியாதவர்களும்
இருக்கிறார்களா என்று வியப்பாக இருக்கிறதா? கூடாதே!
காரணம், நாம் முன்பு பார்த்த 'அ… ஆ… இ' தான்.

'அ…ஆ…இ..' நினைவிருக்குமே! தெரிந்துகொள்வதில், தேர்ச்சி
பெறுவதில் இருக்கும் மூன்று நிலைகள்.

சிலர் ஓவியங்கள் பற்றி அதிகம் தெரிந்துகொள்ளாதவர்கள், யோசிக்
காதவர்கள். அவர்களைப் பொறுத்தவரை அவையெல்லாம்
வெவ்வேறுவிதமான படங்கள், இமேஜஸ். அவ்வளவுதான். அவர்கள்
எல்லாம் ஓவியங்கள் பற்றிய புரிதலில் 'அ' நிலையில் இருப்பவர்கள்.
'இ' நிலையில் இருப்பவர்களுக்கு அவற்றின் வேறுபாடுகள்,
நுணுக்கங்கள் தெரியும்.

கிரிக்கெட் என்ற விளையாட்டு பற்றித் 'தெரிந்திருப்பதிலும்'
அப்படி நிலைகள் இருக்கும்தானே! இருக்கிறது. கிரிக்கெட் பற்றி
அதிகம் தெரியாதவர்கள் நினைப்பார்கள்? 'எவரோ ஒருவர் பந்தை

எறிய, வேறு ஒருவர் மட்டையால் அடிக்கிறார். சுற்றி நிற்பவர்கள் பந்தை எடுத்து ஸ்டம்புகளை நோக்கி எறிகிறார்கள். பந்து வந்து சேர்வதற்குள், மட்டை அடித்தவர் ஓடி ஓடி ஓட்டங்கள் எடுக்கிறார். இதுதான் ஆட்டம்' என்று அவர்கள் நினைக்கிறார்கள்.

அவர்கள் நினைப்பில் தவறு இல்லை. எல்லாம் சரிதான். ஆனால், இது மட்டுமேவா கிரிக்கெட்?

இவ்வளவு மட்டுமே இருந்தால் ஏன் சச்சின், கோலி, தோணி போன்ற சிலர் மட்டும் பிரமாதமாக ஆடுவதாகப் பாராட்டப்பட வேண்டும்?

அவர்கள் எல்லாம் 'அ'... 'ஆ'...வை தாண்டி 'இ' க்குப் போய் மேலும் மேலும் என்று முன்னேறியவர்கள். இவையெல்லாம் பல்வேறு எடுத்துக்காட்டுகள் மூலம் முன்பே சொல்லப்பட்டவை தான். இப்போது சொல்லவருவது 'அப்சர்வேஷன்' எனும் 'கவனித்தல்' பற்றி.

செய்வது எதுவாக இருந்தாலும் அதில் முன்னேறி 'இ' நிலைக்குப் போவதற்குத் தேவைப்படும் ஒரு முக்கிய செயல் இந்த அப்சர்வேஷன்.

டிஸ்கவரி, அனிமல் பிளானட் போன்ற தொலைக்காட்சி சேனல்களில் பார்த்திருக்கலாம்... இயல்பாக அவற்றின் போக்கில் போய்க்கொண்டிருக்கும் பூச்சிகள், பறவைகள், விலங்குகள் எல்லாம் திடீரென கவனம் வரப்பெற்று சுற்றுப்புறத்தை எச்சரிக்கையுடன் ஆராயும், துரிதகதியில் நகரும். இந்த மாற்றம், அவை எதைப் பார்த்தன என்பதைப் பொறுத்தது. உதாரணத்துக்கு அப்படி நகரும் விலங்கு பூனை என்றால், அது கவனித்தது ஒரு எலியை என்றால், அதன் நகர்தல் அதற்கான இரையைக் கவ்வுவதற்கு. மாறாக அது பார்த்தது ஒரு செந்நாயை என்றால், பூனையின் நகர்தல் அதன் உயிரைக் காப்பாற்றிக்கொள்வதற்கு.

ஆக, காடுகளில் வாழும் விலங்குகளுக்கு அவை உணவுக்காகவும் உயிர் பிழைக்கவும் சுற்றுப்புறத்தைக் கவனித்தல் மிக மிக அவசியம். நல்ல வேளையாக நமக்கு அந்த அளவு அது ஒரு 'அடிப்படைத் தேவை'யாக இல்லை. நாகரிகமும், மனித நேயமும் காலப்போக்கில் அந்நிலைகளை மாற்றிவிட்டன.

சச்சின் போன்ற கிரிக்கெட் ஆட்டக்காரர்கள், அவர்கள் வேலையில் செய்யும் 'அப்சர்வேஷன்' னின் அளவும் அவர்கள் வெற்றியின் உயரத்தைத் தீர்மானிக்கிறது.

எறும்புத்தோலை உரிக்கும் அளவு அவர்களின் கிரிக்கெட் அறிவு, கூர்மை பெற, அவர்கள் அதன் 'நுவான்சென்சஸ்'ஸைக் கவனிக் கிறார்கள். உதாரணத்துக்கு, 'பந்து வீசப்படும் செயலை, பார்வை யாளர்கள் பார்க்கும் விதத்துக்கும் ஆடிக்கொண்டிருப்பவர் பார்க்கும் விதத்துக்கும் இடையே வேறுபாடுகள் உண்டு.

அந்த விஷயத்தில் எனக்குத் தெரிந்தது ஓரளவுதான். பந்து வீசப்படும் வேகம், பந்து எறியப்படும் கோணம், அது தரையைத் தொடும் இடம், அது சுழலும் விதம் (ஸ்பின் மற்றும் ஸ்விங்), தரையில் பட்டதும் பந்து எழும்பும் உயரம் என்று பல்வேறு விவரங்கள் இருக்கின்றன.

வெறும் 22 அடி தூரத்தில் இருந்து மணிக்கு 120 முதல் 140 கி.மி வேகத்தில் வீசப்படும் கனமான பந்தை, ஒரு உள்ளங்கை அளவு அகலமே உள்ள மட்டையால் விரும்பிய இடத்துக்கு அடித்துத் தள்ள முயல்பவர்கள் கவனிக்கவேண்டியவை எவ்வளவோ இருக்கின்றன.

பந்து வீசுபவரின் ஓட்டம், அவர் கையைத் தூக்கும் விதம் மற்றும் பந்தை வீசும்போது அவர் விரல்கள் அசைவது வரை கவனிக்க வேண்டும். இப்படியே ஒருநாள், இரு நாட்கள்கூடச் சில ஆட்டக் காரர்கள் 'கவனித்து' ஆடி, தாங்கள் அவுட் ஆகாமல் இருப்ப தோடு, ஃபீல்டர் இல்லாத இடத்துக்குப் பந்தை அடித்துவிட்டு ஓட்டங்கள் சேர்க்கவேண்டும்.

சச்சின் போன்றவர்கள் ஒவ்வொரு பந்துவீச்சையும் எவ்வளவு கவனித்தால், பல நேரங்கள் அவுட் ஆகாமல் நூற்றுக்கணக்கில் ஓட்டங்கள் சேர்க்கமுடியும்!

சென்ற அத்தியாயத்தில் நோயாளியை நிதானமாக 'கவனித்த' மருத்துவர் பற்றிப் பார்த்தோம். பின்பு உயிர் வாழவும், பிழைத் திருக்கவும் 'கவனித்து' வாழும் விலங்குகள் பற்றிப் பார்த்தோம். பின்பு, கவனித்து ஆடும் கிரிக்கெட் ஆட்டக்காரர்கள் பற்றியும் பார்த்தோம்.

ஆக, 'சர்வைவல்'லோ 'சக்சஸ்' ஸோ சரியாக, சிறப்பாகச் செய்ய, செய்வதில் வல்லவராக 'கவனித்தல்' அவசியம்.

தாங்கள் இருக்கும் இடத்தைச் சுற்றி நடப்பவற்றை, சுற்றி இருப்பவர்களை, செய்யும் வேலையை, எதிர்வினைகளை என்று எல்லாவற்றையும் 'கவனிக்கும் திறன்' வேண்டும்.

எல்லோராலும் கவனிக்க முடியுமா என்பது சிலரின் அடுத்த கேள்வியாக இருக்கலாம். ஏன் முடியாது?

இந்த நூலின் அறிமுகத்தில் பார்த்த செல்ஃபோன் உதாரணத்தையே எடுத்துக்கொள்ளலாம். செல்ஃபோனில் வீடியோ எடுக்கும் வசதி இருக்கிறது. ஆனால் எல்லோரும் எடுப்பதில்லை. காரணம், அப்படி ஒரு வசதி இருப்பதே சிலருக்குத் தெரியாது. அல்லது அதைப் பயன்படுத்தத் தெரியாது.

'அப்சர்வ்' பண்ண முடியாதவர்கள் இல்லை. ஆனால் பலரும் செய்வதில்லை. முன்பு பார்த்த புரசைவாக்கம் தோல் மருத்துவர் போலத் தேவைப்படும் நேரம் கவனத்தைக் குவிப்பதில்லை. கண், காது, மூக்கு, நாக்கு, தோல் (உடம்பு) என்று ஐந்து புலன்கள் இருக்கின்றனவே, இவை ஐந்துமே மிகப் பிரமாதமான உள்வாங்கிகள் (ரிசீவர்கள்). சுற்றுப்புறத்தை 'ஸ்கேன்' செய்ய வல்லவை. எல்லோரிடமும் இருப்பவை. ஒருவர் செய்ய வேண்டியதெல்லாம் ஒன்றே ஒன்றுதான். அது, அவற்றை 'ஆன்' னில் வைப்பதுமட்டுமே.

ஆனால், எல்லோரும் செய்வதில்லையே அது ஏன்?

10

தமிழில் முக்கியமான சொல்.

உலகம் ஒவ்வொரு நாளும் பதில்களைத் தந்துகொண்டே
இருக்கின்றன. அவற்றைக் செவிகொடுத்துக் கேட்கக்
கற்றுக் கொள்ளுங்கள்.

- யாரோ

நல்ல வேளையாக அந்தக் கொள்ளை நோய் இப்போது இல்லை.
ஆனால், நாற்பது ஐம்பது ஆண்டுகளுக்கு முன்பு வரை, பல
ஆயிரம் ஆண்டுகளாக மனித இனத்தை ஆட்டிப்படைத்துக்
கொண்டிருந்தது அந்த நோய்.

2500 ஆண்டுகளுக்கு முற்பட்ட மம்மீகளின் முகங்களில் அதன்
அறிகுறிகள் இருப்பதை ஆராய்ச்சியாளர்கள் கண்டிருக்கிறார்கள்.
ஆப்ரிக்கா, அமெரிக்கா, ஐரோப்பா, ஆஸ்திரேலியா, ஆசியா என
எல்லாக் கண்டங்களிலும் பரவி இருந்து, சாமான்யர்கள் முதல்
அரச குடும்பத்தவர் வரை எவரையும் விட்டு வைக்காமல் கொத்து
கொத்தாக அள்ளிப் போய்க்கொண்டேயிருந்திருக்கிறது அது.

நூற்றுக்கு அறுபது நபர்களுக்கு கண்டிப்பாக வரும். அதில்
இருபது முதல் நாற்பது பேருக்கு மரணம் நிச்சயம். தப்பியவர்கள்
முகத்திலும் உடம்பிலும் கொடூரமான வடுகள் உறுதி. பலருக்கு
பார்வை போய்விடும். 18ம் நூற்றாண்டில் ஐரோப்பாவில் மட்டும்

சுமார் 4 லட்சம் பேர் ஒவ்வொரு ஆண்டும் இந்தக் கொள்ளை நோய்க்கு பலியாகியிருக்கிறார்கள்.

மொத்தத்தில் உலகபோர்களில் உயிர் இழந்தவர்களைப்போலப் பலமடங்கு மனிதர்களைக் கொன்று குவித்த அந்த நோய், சின்னம்மை என்று தமிழில் குறிப்பிடப்படும் ஸ்மால் பாக்ஸ் (small pox).

1960, 70களில் எல்லாம் நம் நாட்டில் எல்லோருக்கும் சின்னம்மைக்கான தடுப்பூசி கட்டாயமாகப் பள்ளிக்கூடங்களில் போட்டுவிடுவார்கள். அப்படிப் போடப்பட்ட தடுப்பூசியின் தழும்பு இன்னமும் பலர் கைகளில் இருக்கும். என் கையிலும் இருக்கிறது. 1980 க்குப் பின் பிறந்தவர்கள் அவர்களுடைய பெற்றோரின் புஜத்தில் பார்த்தால் ஒரு ரூபாய் நாணயங்கள் போன்ற இரண்டு தழும்புகள் இருக்கும்.

தடுப்பூசி போடப்பட்டவர்களுக்கு சின்ன அம்மை நோய் வராது. இப்படியாக ஒரு காலகட்டத்தில் ஒரே நேரத்தில் உலகில் இருக்கும் அனைத்து மக்களுக்கும் தடுப்பூசி போட்டிருக்கிறார்கள்.

அதன் காரணமாக இந்தத் தலைமுறை அந்தக் கொடிய நோயில் இருந்து தப்பியாகிவிட்டது. உலக சுகாதார நிறுவனம் எடுத்த பெருமுயற்சியால் 1980 ம் ஆண்டில் உலகில் இருந்து சின்னம்மை முற்றிலும் ஒழிக்கப்பட்டுவிட்டது. அதனால் அதற்கான தடுப்பூசி போடப்படுவதும் நிறுத்தபட்டுவிட்டது. 1980, மே மாதம் 8ம் தேதி World Health Assembly இதை எப்படி அறிவித்தது தெரியுமா?

'தொன்றுதொட்ட காலத்தில் இருந்து பல தேசங்களிலும் மக்களைக் கொன்றும், குருடாக்கியும், மாறாத வடுக்களை ஏற்படுத்தியும் வந்த சின்னம்மை என்ற கொள்ளை நோயில் இருந்து உலகமும் அனைத்து மக்களும், விடுதலை பெற்றாகிவிட்டது'.

ஆப்ரிக்கா, அமெரிக்கா, ஐரோப்பா, ஆசிய நாடுகள் என்று அங்கிங் கெனாதபடி உலகெங்கும் பரவி பல்லாயிரம் ஆண்டுகளாக மக்களை ஆட்டி அழித்துக்கொண்டிருந்த நோய் ஒரு நேரத்தில் முற்றிலும் ஒழிக்கப்பட்டது எப்படி?

17ம் நூற்றாண்டில் இனோகுளேஷன்-Inoculation- என்ற முறையில், சின்னம்மை வந்தவர் உடலில் இருக்கும் கொப்புளத்தில் இருந்து நீர் எடுத்து, அதை அந்த நோய் வராதவரின் உடலில் செலுத்தி, நோய் எதிர்ப்பு சக்தி உண்டாக்கி,

அவருக்கு நோய் வராமல் தடுத்திருக்கிறார்கள். இதுதான் ஆரம்பம். இந்தியா, சீனா, ஐரோப்பிய நாடுகளில் இந்த முறை இருந்திருக்கிறது.

இது கொஞ்சம் கரடு முரடான முறை. இதன் காரணமாக, சின்னம்மை நோய் வருவதில் இருந்து தப்பியவர்களின் எண்ணிக்கை கணிசமாக இருந்தபோதிலும், இதன் காரண மாகவே இறப்போர் எண்ணிக்கையும் கவலைகொள்ளக்கூடிய அளவில் இருந்திருக்கிறது. ஆக, இதன் மூலம் பலர் உயிர் பிழைத்தார்கள். சிலர் இறந்தார்கள். இன்னோகுலேஷன் செய்து கொண்டால் நிச்சயம் நோயைத் தடுத்துவிடலாம் என்பதுடன், ஒருகால் இதன் காரணமாகவே நோய் வரவும்கூடும் என்பதாக இருந்தது நிலைமை.

ஒருமுறை டாக்டர் லாட்டோ என்பவரிடம் ஒரு பால்காரப் பெண் அவரது விரலில் இருந்த காயத்தைக் காட்டிச் சிகிச்சை கேட்டிருக்கிறார். அதை ஆராய்ந்த அந்த மருத்துவர், 'உனக்கு வர ஆரம்பித்திருப்பது ஒருக்கால் சின்ன அம்மையாக இருக்கும்' என்று சொல்லியிருக்கிறார். உடனடியாக அதை மறுத்த அந்தப் பெண், 'இருக்கவே இருக்காது. காரணம், எனக்கு ஏற்கெனவே மாட்டம்மை வந்து போயிருக்கிறது' என்று பதில் சொல்லியிருக்கிறார்.

டாக்டர் லாட்டோ அதன் பின் வேறு எதையோ பேச, அந்த உரையாடலை அப்படியே போயிருக்கிறது. டாக்டர் லாட்டோவிடம் பயிற்சியாளராக இருந்த எட்வர்ட் ஜென்னர் (Dr Edward Jenner) காதில் அந்த உரையாடல் விழுந்தது.

'எனக்கு சின்ன அம்மை வரவே வராது. என் முகத்தில் கோரமான வடுக்கள் நிச்சயம் ஏற்படாது. காரணம், எனக்கு ஏற்கனவே மாட்டம்மை வந்து போய்விட்டது' என்று அந்தப் பால்காரப் பெண் சொன்ன வாக்கியத்தை ஜென்னர் 'கவனித்து' விட்டார். மனதில் வாங்கிவிட்டார். அதைப் பற்றி சிந்திக்கத் தொடங்கினார்.

அதை அவர் ஆராய விரும்பினார். அதற்காக அவரிடம் சிகிச்சைக்காக வந்திருந்த Sarah Nelms என்ற பெண்மணியின் மாட்டம்மை கொப்புளத்தில் இருந்து நீர் எடுத்து அதை James Phipps என்ற எட்டு வயது சிறுவனின் உடம்பில் செலுத்தியிருக்கிறார். அவர் எதிர்பார்த்தது போலவே அவனுக்குக் காய்ச்சல் வந்திருக்கிறது. ஒன்பது நாட்கள் நீடித்த காய்ச்சல் போய்விட்டது. அந்தச் சிறுவனுக்கு மாட்டம்மை வரவில்லை.

எட்வர்ட்டின் ஆராய்ச்சி அதுவல்லவே. அடுத்து எட்வர்ட் இந்த முறை சின்னம்மைக் கொப்புளத்தில் இருந்த நீரை எடுத்து, அதே சிறுவனின் உடலில் செலுத்தியிருக்கிறார். என்ன ஆச்சரியம்! அவனுக்கு ஏதும் நிகழவில்லை.

அதன்பின் அவருடைய பதினோரு வயது மகன் உட்பட வேறு பலரிடமும் அதைச் செய்து பார்த்து, மாட்டம்மை நீரை வைத்து, கொடிய உயிர்கொல்லி சின்னம்மைக்கு எளிதில் கொடுக்கக்கூடிய தடுப்பு மருந்தை எட்வர்ட் ஜென்னர் கண்டுபிடித்துவிட்டார்!

ஆரம்பத்தில் கேலி செய்தும் எதிர்த்தும் பார்த்த உலகம் பின்னர் அவரது கண்டுபிடிப்பை ஏற்றுக்கொண்டு அவரது வேக்சினேஷன் முறையை வெகுவாகப் பயன்படுத்த ஆரம்பித்தது. பின்பு சின்னம்மை என்ற அரக்கனை வேரறுத்தது.

கோடிக்கணக்கான மக்களைச் சாவில் இருந்தும் மேலும் கோடிக் கணக்கானவர்களைக் கண்பார்வை இழப்பில் இருந்தும் மாறாத வடுக்களில் இருந்தும் காப்பாற்றியது எது?

எட்வர்ட் ஜென்னர் என்ற ஒரு மனிதனின் சிந்தனை.

அந்தச் சிந்தனை ஏன் மற்றவர்களுக்கு வரவில்லை?

அதே உரையாடலைக் கேட்ட.. இல்லை இல்லை, அதில் கலந்து கொண்ட எட்வர்ட் ஜென்னரின் சீனியர் மருத்துவர் லாட்டோவுக்கு ஏன் அது தோன்றவில்லை? இங்கேதான் எட்வர்ட் வேறுபடுகிறார். அந்தப் பெண் சொன்னதை எட்வர்ட் 'கவனித்து' விட்டார். அந்தச் சொற்கள் அவரது மூளையில் சரியான இடத்தில் விழுந்துவிட்டது. அன்றாட வேலைகளில், அவசரங்களில், பரபரப்புகளில் மூழ்கிவிடுவோரால் இப்படித் தானாக வந்து விழுபவற்றைக் கவனிக்க முடியாது.

எத்தனையோ மரங்களில் இருந்து ஆப்பிள் பலமுறை விழுந் திருக்கிறது. பலர் பார்த்திருக்கிறார்கள். வெறுமனே பார்க்காமல் 'கவனித்த' ஐசக் நியூட்டன் சிந்தித்தது வேறு.

பலர் காதுகளிலும் விழுந்துகொண்டிருந்த, 'மாட்டம்மை வந்தவர் களுக்கு சின்னம்மை வராது' என்ற வாக்கியத்தை, அதன் பொருளை 'கவனித்ததால்' எட்வர்ட் ஜென்னர் மேல் ஆராய்ச்சி செய்தார், மாபெரும், மானுடம் காக்கும் கண்டுபிடிப்பைச் செய்தார்.

11

அடுத்த வேலை என்ன?

தொட்டனைத் தூறும் மணற்கேணி மாந்தர்க்குக்
கற்றனைத் தூறும் அறிவு.

- திருக்குறள் (396)

புத்த பிக்கு ஒருவரிடம் சேர்ந்து கற்றுக்கொள்ளவேண்டும் என்று ஆசைப்பட்ட ஒருவன் புத்த மடம் ஒன்றில்போய்ச் சேர்ந்தான். அவனுக்கு அங்கு வகுப்பு ஏதும் எடுக்கப்படவில்லை. மாறாக அவனை அங்கே வேலை செய்யச்சொன்னார்கள். தரைக் கூட்டுவது, கழுவுவது, கதவுகளைத் துடைப்பது போன்ற வேலைகள் செய்தான். ஒரு மாதம் ஆயிற்று. குருவான பிக்குவிடம் போய் எப்போது எனக்குப் பாடங்கள் ஆரம்பிக்கும் என்று கேட்டான். அதற்கு பதில் ஏதும் சொல்லாமல், கொடுத்த வேலையைச் செய் என்று சொன்னார்.

செய்தான். மேலும் ஒரு மாதம் ஆயிற்று. ஏதும் சொல்லித் தராமல் இப்படி வேலை வாங்குகிறார்களே என்று அவனுக்குக் கோபம். மீண்டும் பிக்குவிடம் போய்க் கேட்டான். இந்த முறை அவர் பதில் ஏதும் சொல்லாமல் கொடுத்த வேலையைப் பார் என்பது போல ஒரு பார்வை பார்த்தார்.

எரிச்சலுடன் போனான். என்னடா இங்கு வந்தோம். இது நமக்குத் தேவையா. ஏதும் கற்றுத் தராமல் வேலை மட்டும

வாங்குகிறார்களே என்று மனதிற்குள் புழுங்கினான். வருத்தம் மேலிட்டது. ஆனாலும் சொல்லப்பட்ட வேலையைத் தொடர்ந்து செய்தான்.

அன்று மாலை அவன் வேலை செய்துகொண்டிருந்த போது திடீரென அவனை யாரோ பின்பக்கமிருந்து ஒரு அடி கொடுத்தார்கள். திடுக்கிட்டுத் திரும்பிப் பார்த்தால் யாரையும் காணோம். சுற்றி முற்றிப் பார்த்தான். அவன் அடிவாங்கியதைச் சிலர் பார்த்தது தெரிந்தது. அவனுக்கு அவமானமாகப் போய் விட்டது. ஆனாலும் வேலையைத் தொடர்ந்தான். அடுத்த இரண்டு மணிநேரத்தில் யாரோ அவனை பின்பக்கம் இருந்து திடீரென உதைத்தார்கள். யார் என்று அவனால் கண்டுபிடிக்கமுடியவில்லை.

இப்படியாக அடுத்தடுத்து அவன் எதிர்பாராத நேரங்களில் அவனுக்கு அடியும் உதையும் கிடைத்தது. வலி, அவமானம், கோபம் மூன்றும் சேர்த்து அவனை வதைத்தது.

கொஞ்சம் யோசித்ததில் எல்லாம் அந்த புத்த பிக்குவின் வேலை யாகத்தான் இருக்கும் என்று தோன்றியது. புத்தக் கலை சொல்லித்தரக் கேட்டு வந்தால், சொல்லித் தராததுடன், வேலை வாங்குகிறார். அதைக் கேட்டால், கண்டபடி, அதுவும் மறைந்து நின்று அடிக்கிறார். இனி இங்கிருந்து பலனில்லை. போய் விடவேண்டியதுதான். ஆனால், அதற்குமுன், அந்த பிக்குவை சரியாக ஒரு அடியேனும் அடித்துவிட்டுத்தான் போகவேண்டும் என்று முடிவு செய்தான். சரியான தருணத்துக்காகக் காத்திருந்தான்.

அந்தத் தருணம் அடுத்த நாளே வந்தது. பிக்கு பெரிய பத்திரம் ஒன்றில் அன்றைய உணவுக்காக எதையோ காய்ச்சிக் கொண்டிருந்தார். அவன் சத்தம் வராதவாறு அடிமேல் அடி வைத்து, அவருக்கு பின்பக்கம் போய் நின்றுகொண்டான். அவன் கையில் ஒரு கனத்த துடுப்பு. பிக்குவைத் தலையில் அடிப்பதற்காக துடுப்பை ஓங்கினான். துடுப்பு அவர் தலையில் அடிப்பதற்கு முன்பாக அதைப் பிடித்துத் தள்ளிவிட்டார். இதை பிக்கு பின்புறம் திரும்பிப் பார்க்காமலேயே செய்தார்.

அவனுக்கு வியப்பு தாங்கவில்லை. 'அதெப்படி பின்பக்கம் நடந்ததைப் பார்க்காமலேயே உணர்ந்து கொண்டீர்கள்?' என்று பிக்குவிடமே கேட்டான். 'தம்பி உனக்கு வகுப்பு ஆரம்பம் ஆகிவிட்டது. இதுதான் உனக்கு முதல் பாடம்' என்றார்.

★

திருச்சி பெல் நிறுவனத்தில் 1990களின் ஆரம்பத்தில் ISO அக்ரிடி டேஷனுக்கான முயற்சிகள் மேற்கொள்ளப்பட்டன. அந்தக் குழுவில் மனித வளத்துறையின் பிரதிநிதியாக நானும் இருந்தேன். ISO வின் தொடர்ச்சியாக TQM முயற்சிகள் நடந்தன. ஜனக் மேத்தா என்று ஒரு ஆலோசகர் எங்களை வழி நடத்தினார். அந்த புரோகிராமின் பெயர் 'டோட்டல் பிட்னெஸ் ரிவியு'.

அந்தத் திட்டத்தின் ஒரு பகுதியாக, 14 ஆயிரம் ஊழியர்கள் பணிசெய்த அந்தத் தொழிலகத்தின் பல்வேறு துறைகளுக்கும் ஜனக் மேத்தா எங்களை அனுப்பினார். அவர் தேர்வு செய்த சில ஊழியர்களிடம் நாங்கள் பேசவேண்டும். கேள்விகளுக்கு பதில் கேட்டு எழுதிக்கொள்ளவேண்டும். அவர்கள் சொல்லுகிற சில வாக்கியங்களை அப்படியே இம்மி பிசகாமல் குறித்துக்கொள்ள வேண்டும்.

உதாரணத்துக்கு, 'நம்ம கம்பெனிக்கு அதெல்லாம் ஒத்துவராது சார்' என்பார் ஒருவர். 'நான் ஏன் சார் செய்யணும். அதுனால எனக்கு என்ன லாபம்', 'இங்கெல்லாம் செஞ்சாலும் ஒண்ணுதான் செய்யாட்டியும் ஒண்ணுதான்'.

இப்படி வந்து விழும் வார்த்தைகளை அப்படியே எழுதிக்கொள்ள வேண்டும். மாலையில் கான்ஃபிரன்ஸ் அறையில் அவரைச் சந்திக்கிறபோது, சேகரித்த விவரங்களை அவரிடம் கொடுக்க வேண்டும், வார்த்தை மாறாமல்.

இதை எதனால் செய்தோம். அதன் மூலம் என்ன பலன் கண்டோம் என்பது வேறு ஒரு விஷயம். இங்கே அதன்மூலம் சொல்ல வருவது, 'கவனித்தல்' பற்றிதான்.

இந்த உலகம் எவ்வளவோ தகவல்களைக் கொண்டிருக்கிறது, தருகிறது. கவனித்தால் தெரியவரும். கவனிப்பவர்களுக்குத் தெரியவரும். மற்றவர்களுக்குத் தெரியாது. பெல் நிறுவனம் என்ற உலகமும் அப்படிப் பல தகவல்களைக் கொண்டிருக்கிறது. அதைப் புரிந்துகொண்டால் அந்த நிறுவனத்தின் மேன்மைக்குச் சிலவற்றைச் செய்ய முடியும் என்ற நோக்கில்தான் ஜனக் மேத்தா ஊழியர்கள் சொல்லும் வார்த்தைகளைக் கவனிக்கச் சொன்னார்.

★

சென்ற அத்தியாயத்தில் பார்த்த டாக்டர் ஜென்னர் கவனித்தார்.

எவ்வளவோ நபர்கள் சொல்லியதை, எவ்வளவோ மருத்துவர்கள் காதில் விழுந்தவைதான் 'மாட்டம்மை வந்துவிட்டால் எனக்கு

சின்ன அம்மை வராது' என்ற அந்த வாக்கியம். அதைக் காதில் மட்டுமின்றி மனதிலும் வாங்கினார் ஜென்னர். இதற்கு, ஒரு 'திறந்த மனநிலை' வேண்டும். சரி, கவனித்தாயிற்று. அது போதுமா?

கவனித்தலும் மனதில் வாங்குவதும், விதை ஒன்று கீழே விழுவதற்கு ஒப்பு. கட்டாந்தரையில் விழுந்த விதைகள் என்ன ஆகும்? அல்லது ஆற்று நீரில் விழுந்த விதைகள் என்ன ஆகும்?

ஒன்றும் ஆகாது. காய்ந்து போகும். அல்லது நீரில் ஊறி, பெருத்து உடைந்து சிதையும்.

ஆனால் விழுந்த இடம் ஈரமான மண் தரை என்றால்! அதுவும் சற்று குழிவான தரை என்றால்? விழுந்த பின் விதையை மண் லேசாக மூடினால்?

பருத்தி புடவையாய் காய்த்ததுபோல என்று தோன்றுகிறதோ. சிலர் வாங்கும் வார்த்தைகள் அப்படித்தான் மனதில் விழுகின்றன. அங்கிருந்து முளைத்து எழுந்து விரிந்து விருட்சம் ஆகின்றன.

மரத்தில் இருந்து விடுபடும் ஆப்பிள் மேல் பக்கமாகவோ, பக்க வாட்டிலோ போகாமல் வேகமாகத் தரையை நோக்கிப் போகிறது என்கிற சாதாரண நிகழ்வைக் கவனித்துவிட்டார் ஐசக் நியூட்டன். மனதில் வாங்கிவிட்டார்.

ஜென்னரும் அந்த பால்காரப் பெண் சொன்ன வார்த்தைகளை மனதில் வாங்கிவிட்டார். விதைகள் விழுந்துவிட்டன, சரியான நிலத்தில்!

அவர்கள் இருவருமே செய்தது என்ன?

இரும்புப் பட்டறையில் இரும்பைப் பீடத்தில் அமர்த்தி, சம்மட்டி கொண்டு குறி தவறாமல் அதன் தலையில் அடிப்பார்களோ அப்படி..

கடிகாரம் பழுது பார்ப்பவர் எப்படிக் கண்ணில் ஒற்றை லென்ஸை மாட்டிக்கொண்டு, கையில் ஊசி போன்ற கூரிய கருவியை வைத்துக்கொண்டு, கை கடிகாரத்தின் குறிப்பிட்ட பகுதியை ஆராய்வாரோ அப்படி அந்த வித்தையை, அந்தக் கருத்தை, அந்தச் செய்தியை ஆராய்வார்கள்.

ஆக, கவனித்தலுக்கு அடுத்த கட்டம், அதில் வேலை செய்வது.

12

தனித்திரு விழித்திரு பசித்திரு

தனித்திரு விழித்திரு பசித்திரு

- வள்ளலார்

எழுத்தாளர்கள், ஓவியர்கள் கவனித்தது பற்றி ஆரம்ப அத்தியாயங்களில் பார்த்தோம். அதன்பின் வெவ்வேறு அத்தியாயங்களில் மருத்துவர்கள், எட்வர்ட் ஜென்னர், ஐசக் நியூட்டன் ஆகியோர் கவனித்ததைப் பார்த்தோம். மேலும் புத்த பிட்சு ஒருவரிடம் கற்பதற்கு ஒருவன் சென்றபோது, அவனிடம் 'பி அவேர்', 'விழிப்புடன் இருந்து கவனி' என்று குரு சொன்னதைப் பார்த்தோம். இவையெல்லாம் தவிர, ஒரு நிறுவனத்தின் முன்னேற்றத்துக்கு ஆலோசனை சொல்ல வந்த ஆலோசகர், 'ஊழியர்கள் உதிர்க்கும் வார்த்தை'களைக் கவனிக்கச் சொன்னதையும் கடைசியாகச் சென்ற அத்தியாயத்தில் பார்த்தோம்.

ஆக, கவனிக்கவேண்டும் என்பது திறன் பெறுவதில், வல்லவராவதில் மேன்மை அடைவதில் முக்கியமான பங்கு வகிக்கிறது.

கவனிக்கவேண்டும் என்பதுவரை சரி, எப்படிக் கவனிப்பது?

கண்களை நன்கு திறந்து வைத்திருக்கவேண்டுமா? எட்வர்ட் ஜென்னர் போல, காதுகளையும் கூர்மைப்படுத்திக்கொண்டு

இருக்க வேண்டுமா? ஜே. கிருஷ்ணமூர்த்தி சொன்னதுபோல ஆராய்ந்து அலசிக் கொண்டிராமல் நடப்பதைப் பார்க்க, கேட்க வேண்டுமா?

எப்படிக் கவனிப்பது? பலரும் சாதாரணமாகப் பார்ப்பதற்கும் வல்லவர்கள் கவனிப்பதற்கும் இடையே கவனித்தலில் என்ன வேறுபாடு? மற்றவர்கள் செய்தவற்றைப் பற்றிப் பார்த்தோம். இதை நாமே செய்து பார்த்துவிட்டால் என்ன?

கேட்பதைவிடப் பார்ப்பது கூடுதல் புரிதலை உண்டாக்கும். மற்றவர் செய்வதைப் பார்ப்பதைக் காட்டிலும் தானே செய்து பார்த்தால் அதை நன்றாக உணர முடியும். என்ன செய்யலாம்?

எளிமையான ஒன்றைச் செய்து பார்த்து ஆரம்பிக்கலாம். நம்மால் எவ்வளவு தூரம் கவனிக்க முடிகிறது என்பதைச் சோதித்துப் பார்த்துவிடுவோம்.

நீங்கள் இந்த நூலின் இந்த அத்தியாயத்தைப் படித்துக் கொண்டிருக்கும் இந்த நேரம் எங்கே அமர்ந்திருக்கிறீர்கள்? ஏதோ ஒரு அறை அல்லது ஹால் அல்லது அலுவலகம். என்ன சரிதானே?

நீங்கள் வெகுநேரமாக அங்கேதான் அமர்ந்திருக்கிறீர்கள். அல்லது அந்த இடம் உங்களுக்கு நன்கு பரிச்சயமான இடம். அல்லது நீங்கள் அடிக்கடி வந்து போகும் இடம் அது. இல்லையா? அப்படி இல்லாவிட்டால், அப்படிப்பட்ட இடத்தைத் தேர்வு செய்து இந்த சோதனைக்காக நீங்கள் அந்த அறையைப் பயன்படுத்தவேண்டும்.

'கவனித்தல்' பற்றி உங்களுக்குச் சரியாகத் தெரியவேண்டும் என்றால், சொல்லப்படும் வழிமுறைகளை மிகச் சரியாகப் பின்பற்றவேண்டும். சொல்லப்படும் வழிமுறைகளைப் படித்து விட்டு, 'ஆரம்பியுங்கள்' என்று சொல்லும்போது, இதைப் படிப்பதை நிறுத்திவிட்டு சோதனைக்குப் போய்விடுங்கள்.

சோதனை என்பது ஒரு சிறிய செயல், அவ்வளவுதான். சோதனை முடிந்தபின் தொடர்ந்து படிக்கலாம். அதைச் செய்து முடிக்க அதிகபட்சம் பத்து நிமிடம்தான் ஆகும். ஒருக்கால் உங்கள் சூழ்நிலை காரணமாக உங்களால் அந்த பத்து நிமிட இடைவெளி இப்போது எடுக்க முடியாது என்றால் படிப்பதை இங்கேயே நிறுத்திவிட்டு, அந்த சோதனை செய்வதற்கு நேரம் இருக்கும் போது தொடர்ந்து படியுங்கள்.

செய்து பார்ப்பதற்கு இணை எதுவுமே இல்லை. எனவே கிடைக்கும் சிறிய வாய்ப்பினைத் தவறவிடவேண்டாம்.

சோதனை

கம்ப்யூட்டரிலேயே எழுதக்கூடியவர் என்றாலும் இந்த சோதனைக்காக ஒரு வெள்ளைப் பேப்பர் மற்றும் பேனா எடுத்துக்கொள்ளுங்கள். மேலே சொல்லப்பட்ட உங்களுடைய அறை அல்லது ஹாலை விட்டு வெளியே வாருங்கள். பின்பு, உங்கள் அறையில்/ ஹாலில் இருக்கும் வெள்ளை நிறப் பொருட்களை எல்லாம் பட்டியலிடவேண்டும். எழுத வேண்டியது வெள்ளை நிறத்தில் இருக்கும் பொருட்களை மட்டும்தான். பொருட்களை எழுதுவதுடன் அவை இருக்கும் இடத்தையும் நினைவு படுத்திப் பார்த்து எழுதவேண்டும்.

சோதனை அவ்வளவுதான். நன்கு நினைவுபடுத்தி மிக அதிக எண்ணிக்கையிலான பொருட்களை எழுதுவதில்தான் கவனித்தலின் சூட்சமம் இருக்கிறது.

எழுதி முடித்த பின், பேப்பரை இரண்டாக மடிக்கவேண்டும். அதன்பின் நினைவு வந்தாலும் எதையும் எழுதக்கூடாது.

இனி நீங்கள் படிப்பதை நிறுத்திவிட்டு எழுந்து போகலாம். சோதனையை ஆரம்பிக்கவும்.....

என்ன எழுதி முடித்தாயிற்றா? இப்போது நீங்கள் எழுதியவை சரிதானா என்றும் எழுத விட்டவை எவ்வளவு என்றும் சரி பாருங்கள். எழுதியவை அதிகமா... எழுதத் தவறியவை அதிகமா?

விடுபட்டவை எவ்வளவு என்று பார்ப்பதற்குச் சுலபமான வழி அந்த அறையைக் கவனமாகச் சுற்றிவந்து பார்ப்பதுதான். விடுபட்டுப் போயிருப்பவையும் அந்த அறையில் இருப்பவைதான். ஆனால் எழுதப்படவில்லையே. ஏன்?

நினைவுக்கு வரவில்லை என்று சொல்லுவது சுலபம். ஆனால் பலவற்றை நினைவாகப் பார்த்து வைத்திருக்கவில்லை என்பதுதான் உண்மை. அதாவது, பார்க்கிறோம் ஆனால் பார்க்கவில்லை! அதே போலப் பலவற்றையும் கேட்கிறோம். ஆனால் கேட்கவில்லை!

பார்ப்பது என்பது கண்களால் மட்டும் செய்யும் வேலையில்லை. அதில் மனது ஈடுபடவேண்டும். ஆமாம் புலன்கள் ஐந்து என்றாலும் அவை அனைத்தும் வெறும் கருவிகள். வாங்கி உள்ளே அனுப்பும் 'வேலை யாட்கள்'. மனதுதான் எஜமான். அவர் வாங்கிக்கொள்ள வேண்டும்.

அவர் பெற்றுக்கொள்ளாதது எல்லாம் விழலுக்கு இறைத்த நீர், கவிழ்த்திருக்கும் கோப்பையில் ஊற்றப்பட்ட தேநீர். மொத்தத்தில் வீண்.

ஆக, கவனித்தல் என்பது மனம் ஈடுபட்டுப் பார்த்தல், மன ஈடுபாட்டுடன் கேட்டல், மன ஈடுபாட்டுடன் தொடுதல். மொத்தத்தில் உணர்தல்.

13

ஆழ்ந்து யோசி

நான் பிறரைக் காட்டிலும் அதிக புத்திசாலியில்லை.
ஆனால் எடுத்துக்கொண்ட விஷயத்தைப்பற்றி அதிக
நேரம் சிந்திக்கிறேன்.

- ஆல்பர்ட் ஐன்ஸ்டைன்

உங்கள் உடலில் மிகவும் ஆற்றல் வாய்ந்த பகுதி எது என்று மைக் டைசன், முகமது அலி போன்ற குத்துச் சண்டை வீரர்களிடம் கேட்டால் என்ன பதில் சொல்வார்கள்? முட்டியை மடக்கி எதிராளியைக் குத்து விடும் புஜங்கள் என்று அவர்கள் சொல்லலாம்.

பி.சுசிலா, வாணி ஜெயராம், சங்கர் மகாதேவன் போன்ற பாடகர் களைப் பார்த்து அதே கேள்வியைக் கேட்டால்? அவர்களின் ஆற்றல் வாய்ந்த உடல் உறுப்பு 'தொண்டை' என்று சொல்லலாம்.

100 மீட்டர் ஓட்டப் பந்தயத்தில் ஒலிம்பிக் தங்கப்பதக்கம் வாங்கிய உசைன் போல்ட் அல்லது திருச்சியைச் சேர்ந்த ஆரோக்கிய ராஜீவ், சென்னையைச் சேர்ந்த அகஸ்டின் யேசுதாஸ் போன்றவர்கள் அந்தக் கேள்விக்கு வெற்றிக் கோட்டை வேகமாகச் சென்றடைய உதவும் அவர்களுடைய 'கால்கள்' என்று பதில் சொல்லலாம்.

இப்படியே திறமையுள்ள எவரைக் கேட்டாலும் திறமை வெளிப் படுத்தப்படும் வெவ்வேறு உடல் உறுப்புகளை அவர்கள் சொல்லலாம்.

அதே கேள்வியை உங்களிடமும் கேட்டால் உங்கள் பதில் என்ன?

நீங்கள் எந்தத் துறையைச் சேர்ந்தவராக இருந்தாலும் சரி.. மேலே பார்த்த சாதனையாளர்களானாலும் சரி.. எல்லோரும் சொல்ல வேண்டிய பதில், எல்லோருக்கும் ஒத்துவரும் சரியான ஒரே பதில்... மூளை என்பதுதான்.

எழுத்தாளர் சிறப்பாக எழுதக் காரணம் அவரது கைவிரல்களா? ஒளிப்பதிவாளர் சிறப்பாக படம் பிடிக்கக் காரணம் அவரது கைகளா? சமையல்காரரின் திறன் இருப்பது உப்புக் காரம் சரியாகப் போடும் அவரது விரல்களில் என்று சொல்வதா?

ஏற்கனவே கண், காது, மூக்கு நா, உடல் என்ற ஐம்புலன்களுக்கும் சொன்னதுதான் இங்கேயும். அவை எல்லாம் வெளி அல்லது உள் உறுப்புகள். வெறும் கருவிகள். அவர்களின் எஜமான், அவர்களை ஆட்டி வைப்பவன் தலையில் இருக்கிறான். அவன் பெயர் மூளை.

★

பிரபல மருத்துவமனையில் போகிறபோக்கில் ரங்கராஜனுக்கு கேன்சர் என்று சொன்னார்கள். பதறியடித்துக்கொண்டு தெரிந்தவர் மூலம் வேறு ஒரு மருத்துவரைப் பார்க்க, அவர் சுமார் நாற்பது நிமிட ஆய்வுக்குப் பின், நிதானமாக, ஆனால் உறுதியாக அது கேன்சர் இல்லை என்றும், அதன் பெயர் சார்காய்டோசிஸ் (Sarcoidosis) என்று சொல்லி மருந்து கொடுத்திருக்கிறார் என்று முன்பு பார்த்தோம். அந்த சிகிச்சை பெற்ற நபர் இப்போது மன நிம்மதியும் உடல்நலமும் பெற்று இயங்கி வருகிறார்.

அந்த மருத்துவர் செய்தது 'கவனித்தல்' என்றும் சொன்னோம். வல்லவர் ஆவதற்கு தேவைப்படும் அப்படிப்பட்ட 'அப்சர் வேஷன்' பற்றி மிக விரிவாகவே பல உதாரணங்களுடன் பார்த்தோம்.

இப்போது நாம் நகர்வது அடுத்த கட்டத்துக்கு. கவனித்தலுக்குப் பின் என்ன? அது எங்கே நடக்கிறது என்பதைத்தான் இனி பார்க்கப் போகிறோம்.

அந்த இடம் எது என்பதை ஏற்கெனவே சொல்லியாகிவிட்டது.

மூளைதான் அந்த இடம்.

மூளையும் மனதும் பல அம்சங்கள் கொண்ட ஸ்மார்ட் செல்போன் போன்றவை. அவை இல்லாதவர் இல்லை. பயன்படுத்துவதில் தான் வேறுபடுகிறோம்.

ஆக, இப்போதைக்கு.. எல்லோரிடமும் இருக்கும் மூளை பற்றிப் பார்ப்போம்.

ஐன்ஸ்டைன் போன்றவர்களே பத்து சதவிகிதத்துக்கும் குறைவான அளவுதான் மூளையைப் பயன்படுத்தினார்கள் என்று கேள்விப்பட்டிருக்கிறீர்களா? நானும் கேள்விப்பட்டிருக்கிறேன். அதைப்பற்றி பேசவும் செய்திருக்கிறேன். எல்லாம் தப்பாம்! கற்பனையாம். அப்படியெல்லாம் இல்லை என்று சில ஆராய்ச்சிகள் சொல்கின்றன.

அதேபோல மூளையின் திறன் என்ன, நினைவாற்றல் அளவு என்ன என்றெல்லாமும் ஆராய்ந்துகொண்டிருக்கிறார்கள். மூளை சுமார் 100 பில்லியன் நியூரான்ஸ் கொண்டது என்கிறார்கள். (பில்லியன் என்றால் 100 கோடி. பெருக்கிப் பார்த்துக்கொள்ளுங்கள்). ஒவ்வொரு நியூராணும் ஆயிரம் 'கனெக்ஷன்ஸ்' செய்யக்கூடியது என்றும் 100 'டிரில்லியன் டேட்டா பாயிண்ட்ஸ்' அல்லது 100 'டேரா பைக்' தகவல்களைத் தக்க வைத்துக்கொள்ளக்கூடியது என்று அனுமானிக்கிறார்கள்.

இவையெல்லாம் கொஞ்சம் டெக்னிக்கலான விஷயங்கள். தவிர, இந்த கணக்குகள் எல்லாம் இறுதியான முடிவல்ல. ஆராய்ச்சிகள் தொடர்கின்றன. ஆனால், ஓரளவுக்கு உறுதியாகச் சொல்லப் படுவது, உடலின் சிறு பகுதியாக இருக்கும் மூளை, அதாவது உடல் எடையில் 2% மட்டுமே இருக்கும் இந்த உறுப்பு உடலின் இருபது சதவிகிதப் பிராணவாயு மற்றும் எரிசக்தியைப் பயன் படுத்திக் கொள்கிறதாம். அவ்வளவு வேலை நடக்கிறது அங்கே!

மொத்தத்தில் மூளை மிகவும் திறன் கொண்டதொரு பகுதி. எது போனாலும், செயல் இழந்தாலும் ஓரளவேனும் பிழைத்துக் கொள்ளும் மனிதன், மூளைக்குப் போகும் ரத்தம் நின்றுபோனால் இறந்துவிடுகிறான். ஆக, நாம் என்பதே நமது மூளைதான். நமது திறன்கள், ஊக்கம், ஆற்றல் எல்லாவற்றின் பிறப்பிடம், ஊற்றுக்கண் மூளைதான்.

ஐம்புலன்களும் அவற்றுக்குக் கிடைக்கும் அத்தனை தகவல் களையும் அங்கே கொண்டுபோய்ச் சேர்க்கின்றன. பாட்டு கற்றுக்கொள்வது, விளையாட்டு கற்றுக்கொள்வது, எழுத, பேச,

தொழில் வியாபாரம் செய்ய, சமையல் செய்ய, விவசாயம் செய்ய, மருத்துவம் பார்க்க என்று எல்லா வேலைகளுக்கும் தேவைப்படும் அறிவு வைக்கப்பட்டிருக்கும் இடம் அதுதான். நினைவாற்றல் அங்கேதான். அலசுதல், ஆராய்தல், சிந்தித்தல், புதியன உருவாக்கல் எல்லாம் அங்கே தான் நடைபெறுகின்றன. ஆக, ஒருவரின் திறன் இருப்பது அவருடைய பிற உறுப்புகளில் அல்ல.

சற்று மேலே பார்த்த மருத்துவர் அவரது கண்களும் காதுகளும் விரல்களும் அவருக்குச் சேகரித்துத் தந்த தகவல்களை எங்கே வைத்து ஆராய்ந்தார்? எங்கே வைத்துக் கூட்டிக் கழித்துப் பார்த்தார்? எங்கிருக்கும் ஏற்கனவே பெற்ற அறிவுடன் ஒப்பிட்டுப் பார்த்தார்?

கைகடிகாரம் பழுது பார்ப்பவர் கண்ணில் பூதக் கண்ணாடி வைத்துக்கொண்டு நுணுகிப் பார்ப்பதுபோல அந்த மருத்துவர் அவருக்குக் கிடைத்த தகவல்களை ஆராய்ந்து பார்த்தது புறக் கண்ணால் மட்டுமல்ல. அவரது மனக்கண்ணாலும்தான்.

சரியான பிரச்னையைக் கண்டறிந்த அந்த மருத்துவர், தனக்குக் கிடைத்த தகவல்களை இரும்பு பட்டறை கொல்லன் சம்மட்டி யால் அடிப்பதுபோலக் குறி தவறாமல் ஓங்கி அடித்தது எங்கே வைத்து? அவரது மனதுக்குள், மூளையில் வைத்துத்தானே.

மூளை என்பது பெரிய சோதனைக்கூடம். அங்கே பல ஆராய்ச்சிகள் செய்ய முடியும். அது ஒரு பெரிய நூலகம். அங்கே பல தகவல்கள் கொட்டிக்கிடக்கின்றன. அப்சர்வேஷன் சரியாக இருந்தால் எல்லோருக்கும் தகவல்கள் கிடைக்கும். ஆனால், கிடைத்த தகவலை என்ன செய்கிறோம் என்பதில்தான் வல்லவர்கள் வேறுபடுகிறார்கள்.

அதைத்தான் ஐன்ஸ்டைன் வேறுவிதமாகச் சொன்னார். அதுதான் இந்த அத்தியாயத்தின் மேலே கொடுக்கப்பட்டிருக்கிறது.

ஆமாம், அதன் பொருள் என்ன?

14

மனத்துக்குள் லைப்ரரி

பிரபஞ்சத்தின் எல்லையற்ற நூற்களஞ்சியம் உங்கள்
சொந்த மனத்துக்குள்ளேயே இருக்கிறது. புறவுலகம்
நீங்கள் உங்கள் மனத்தை ஆராய்வதற்காக அமைந்த
வெறும் ஒரு தூண்டுகோல், வாய்ப்பு மட்டுமே.

-விவேகானந்தர்

ஆல்பர்ட் ஐன்ஸ்டைன் பற்றிச் சிலருக்குத் தெரிந்திருக்கலாம். 26
வயதில் டாக்டர் பட்டம் பெற்றவர். ஒளியின் வேகம்,
ரிலேட்டிவிட்டி தியரி, குவாண்டம் தியரி, போட்டோ எலெக்டிரிக்
எஃபெக்ட் மற்றும் $E = mc^2$ என்ற அணுசக்தியின் அடிப்படையைக்
கண்டுபிடித்தவர். நோபல் பரிசு பெற்ற விஞ்ஞானி. மொத்தத்தில்
மிக முக்கியமான, மிகப் பெரிய சிந்தனையாளர், அறிவுஜீவி.

அவர் காலத்திலேயே அவரைப் பற்றிய வியப்பும் மரியாதையும்
மிக அதிகம். ஐன்ஸ்டைன் அவரது 76 வது வயதில் குடல்
தொடர்பான நோயினால் மரணம் அடைந்தார். 'என் உடலை
எரித்துவிடுங்கள். இல்லாவிட்டால் என் எலும்புகளை வணங்க
மக்கள் கூட்டம் வரும்' என்று அவர் முன்பே சொல்லியிருந்தார்.

அவர் விருப்பப்படியே 1955 ல் அவர் இறந்த உடன் அவரது
உடலை (பிரேத) பரிசோதனை செய்துவிட்டு எரித்துவிட்டார்கள்.
ஆனால், பிரேத பரிசோதனை செய்த பேத்தாலஜிஸ்ட் தாமஸ்

ஹார்வி என்ற மருத்துவர் கூடுதலாக ஒரு வேலை செய்தார். அது, ஐன்ஸ்டைனின் மூளையை மட்டும் பிரித்து சோதனைகளுக்காகத் தனியாக வைத்துக்கொண்டார். இவ்வளவு அறிவாளியாக இருந்திருக்கிறாரே, இவரது மூளையின் அமைப்பில் ஏதும் வேறுபாடு இருக்கிறதா என்று பார்ப்பதுதான் அவரது நோக்கம்.

ஐன்ஸ்டைனுடைய மூளை பார்ப்பதற்கு அதே வயதுடைய மற்றவர்களின் மூளை போலத்தான் இருந்திருக்கிறது. அடுத்து எடை போட்டுப் பார்த்திருக்கிறார். 1.22 கிலோ கிராம்கள் (2.7 பவுண்ட்) இருந்திருக்கிறது. அதிலும் ஐன்ஸ்டைனுடைய வயதில் இருந்தவர்களிடமிருந்து மாறுபாடு இல்லை. பின்பு, மூளையை 240 சிறு துண்டுகளாகக் கூறுபோட்டு செலாய்டின் என்ற திரவத்தில் வைத்து மேல் ஆராய்ச்சிக்காகப் பாதுகாத்திருக்கிறார்.

அதன் பின் இந்த விஷயத்தில் ஆர்வம் இருப்பவர்கள் ஆராய்ந்து அதன் முடிவுகளை என்னுடன் பகிர்ந்துகொள்ளுங்கள் என்று உலகின் பல பகுதிகளில் இருந்த மருத்துவர்களுக்கு மூளையின் பகுதிகளை அனுப்பியிருக்கிறார். அடுத்த முப்பது ஆண்டுகளுக்கு அதாவது 1985 ம் ஆண்டு வரை எவரும் ஐன்ஸ்டைனின் மூளையின் வேறுபாடு பற்றி எதையும் சொல்லவில்லை.

1985ல் டாக்டர் மரியான் டைமெண்ட் என்பவர் ஐன்ஸ்டைனின் மூளையில் கிளியா செல்களின் எண்ணிக்கை (Glia cells to neurons) அதிகம் என்று ஆராய்ந்து சொன்னார். ஆனால் கிளியா செல்களின் எண்ணிக்கையை வைத்து ஏதும் முடிவு செய்யமுடியாது என்று மற்ற ஆராய்ச்சியாளர்கள் கருத்துத் தெரிவித்தார்கள்.

பின்பு அதற்கும் பதினோரு ஆண்டுகள் கழித்து, 1996ல் யுனிவர்சிட்டி ஆஃப் அலபாமாவைச் சேர்ந்த பிரிட் ஆண்டர்சன் என்பவர் ஐன்ஸ்டைனின் மூளையின் 'பிரான்ட்டல் கார்டெக்ஸ்' மற்றவர்களுடைய அளவைக் காட்டிலும் மெலிதாக இருக்கிறது என்று சொன்னார்.

இப்படியாகப் பலரும் இன்னமும் ஆராய்ந்துகொண்டிருக் கிறார்கள். ஏதேதோ சொல்லுகிறார்கள். ஏனைய ஆராய்ச்சியாளர் களால் மறுக்கப்படுகிறார்கள். ஆக அவர்களால் ஐன்ஸ்டைனின் மூளையில் எந்தப் பெரிய வேறுபாட்டையும் உறுதியாகச் சொல்ல முடியவில்லை.

இதெல்லாம் தேவையே இல்லை. காரணம், அந்த மூளைக்கு உரியவரே அவரது மூளையின் திறன் பற்றித் தெளிவாகச்

சொல்லியிருக்கிறார். அவர் சொன்னது: நான் யாரைக் காட்டிலும் புத்திசாலியில்லை. ஆனால், எடுத்துக்கொண்ட விஷயத்தைப் பற்றி (பிரச்னைகளைப் பற்றி) அதிகம் நேரம் சிந்திக்கிறேன்.

ஆக, அறிவு படைத்தவர்கள், அறிவு இல்லாதவர்கள் என்றெல்லாம் ஒதுக்கவும் வேண்டாம், ஒதுங்கவும் வேண்டாம். வேறுபாடு என்பது தகவல் பெறும் வகையிலும், கிடைக்கிற தகவலைப் பயன்படுத்தும் விதத்திலும்தான் இருக்கிறது. அங்கே சரி செய்தால் போதும். அவற்றில் செய்யும் மேம்பாடு எவரையும் வல்லவராக்கிவிடும்.

தகவலைப் பெறும் விதம் அப்சர்வேஷன், மனதால் கவனிப்பது, வாங்குவது போன்றவை. அவற்றை 'அ' என்று வைத்துக் கொள்வோம். அடுத்து, கிடைத்த தகவலைப் பற்றி சிந்திப்பது. இதுதான் மூளையில் நடைபெறும் செயல். சென்ற அத்தியாயத்தில் பார்க்கத் தொடங்கியிருப்பது. இதை 'ஆ' என்று வைத்துக்கொள்வோம். அதற்கும் அடுத்த கட்டம் ஒன்று உண்டு. அதன் பெயர் 'இ'.

அ-வைப் பார்த்தாயிற்று. இ-பின்னால்தான். இப்போது பார்க்க வேண்டியது ஆ-வை.

பிரச்னையைப் பற்றி அதிக நேரம் சிந்திக்கிறேன் என்கிறார் ஐன்ஸ்டைன். அதிக நேரம் சிந்திப்பது என்றால் எவ்வளவு நேரம்?

ஐன்ஸ்டைன் எவ்வளவு நேரம் என்று குறிப்பிடவில்லை. 'கூடுதல் நேரம்'என்று பொருள்பட longer என்கிறார். மற்றவரைக் காட்டிலும் கூடுதல் நேரம் என்பதுதான் அவர் சொல்லுவதன் பொருள்.

சுவரில் ஆணி அடிக்கவேண்டும் என்று வைத்துக்கொள்வோம். சுவர் நல்ல வலுவான சுவர். அடித்த உடன் ஆணி உள்ளே போய்விடுமா? அடிக்கிறோம் அடிக்கிறோம் முடியவில்லை. எவ்வளவு நேரம் அடிப்பது?

இங்கே நேரத்தைக் கணக்குப் பார்ப்பவர் ஆணியை அடிக்க மாட்டார். பாதியில் விட்டுவிடுவார். நேரம் ஒரு பொருட்டல்ல. எப்படியும் அடித்தே ஆகவேண்டும் என்று நினைப்பவர், அடித்து இறக்கிவிடுவார். அவர் முன்னவரைவிடக் கூடுதல் நேரம் செலவு செய்திருப்பார்.

எவ்வளவு நேரம் என்பதை முன்கூட்டியே தீர்மானிக்க முடியாது. எவ்வளவு தேவைப்படுகிறதோ அவ்வளவு நேரம் என்பதுதான் கணக்கு. முதலில் ஒரு அணி ஆடி முடித்து 400 ஓட்டங்கள் எடுத்து விட்டார்கள் என்றால், அடுத்து ஆடும் அணி வெற்றிபெற 400 க்கும் அதிகமாக எடுத்தாகவேண்டும். முதலில் ஆடியவர் 500 ரன்கள் எடுத்தால், அடுத்து ஆடுபவர் 500 க்கும் மேல் எடுத்தாக வேண்டும். எத்தனை முறை முயற்சி செய்தோம் என்பதல்ல கணக்கு. முடியும்வரை செயல்பாடு என்பதுதான் வெற்றியாளர் அணுகுமுறை.

ஆணி அடிப்பது புற வேலை. கிரிக்கெட் விளையாட்டில் ஓட்டங்கள் எடுப்பதெல்லாம் உடல் செய்யும் வேலை. இவை உதாரணங்கள்தான். ஆனால் இங்கே 'ஆ' என்பது மனத்துக்குள், மூளையில் செய்யப்படவேண்டிய வேலை; உள்ளே தேடுவது, விவேகானந்தர் சொல்லுவது போல.

நமக்குள்ளே இருக்கும் மிகப் பெரிய நூல் நிலையத்தில் தேடுவது. வெகு நேரம் சிந்திப்பது. தீர்க்கமாக சிந்திப்பது. பலராலும் செய்ய முடியாத, செய்யப் பொறுமை இல்லாத, அதில் நம்பிக்கை யில்லாத வேலைதான் ஆழ்ந்து சிந்திப்பது.

சுமார் எழுபது ஆண்டுகளுக்கு முன்பு நிகழ்ந்தது இது. தமிழகத்தில் முதுகலை படித்துவிட்டு லண்டனில் சட்டம் படிக்கச் செல்கிறார் அந்த இளைஞர். அங்கே ரயிலில், பேருந்துகளில் பலரும் ஒரு குறிப்பிட்ட செய்தித்தாளை ஆர்வத்துடன் படிப்பதைக் கவனிக்கிறார். அந்த ஆங்கில தினசரியின் பெயர் 'த டெலிகிராப்'.

அப்போது அந்த இளைஞருக்கு வயது இருபத்து இரண்டுக்குச் சற்று கூடுதலாக இருக்கலாம். அவ்வளவுதான். அந்த வயதில் அவர் பார்வையில் அந்தக் காட்சிகள் பதிவாகியிருக்கின்றன. அவர் மனது அதைக் கவனித்திருக்கிறது. அப்படியென்றால் அங்கே 'அ' செயல்பாடு சிறப்பாக நடந்திருக்கிறது.

இதைச் செய்வதே பலருக்கும் அரிது. லண்டன் சென்ற எவ்வளவோ நபர்கள் அதைப் 'பார்த்திருப்பார்கள்'. ஆனால் 'கவனித்திருக்க' மாட்டார்கள். இரண்டுக்கும் இடையில் இருக்கும் வேறுப்பாடு நமக்குத் தெரியும்.

அந்த இளைஞர் 'அ'வுடன் நிறுத்தவில்லை.

அடுத்து 'ஆ'க்கு நகர்ந்தார்.

அப்படியென்றால்? அந்தத் தகவலை உள்ளே வைத்து அரைத்தார். மூளையைப் போட்டுக் கசக்கினார். அவருக்குள் ஒரு பொறி தட்டியது. 1942ல் தமிழகம் வந்தார். வந்ததும் கிட்டத்தட்ட அதே பாணியில், அதே அர்த்தம் தொனிக்கும் தமிழ் பெயரில் ஒரு பத்திரிகை தொடங்கினார்!

பெரிய வெற்றி. அவர் வல்லவர்தானே.

அந்த தினசரியின் பெயர் தெரியுமல்லவா?

15

கணிப்பதும் கவனிப்பதும்

அறிவை விட கற்பனை சக்தியே மிகவும் முக்கியமானது.
அறிவு வரையறைக்குட்பட்டது. கற்பனையோ உலகம்
அளவுக்குப் பெரியது

- ஆல்பர்ட் ஐன்ஸ்டைன்

அந்த இளைஞர் பெயர் சி.ப.ஆதித்தனார். அவர் தொடங்கிய
நாளிதழ் தினத்தந்தி! லண்டனில் பலதரப்பட்ட மனிதர்களும் வெகு
ஆர்வத்துடன் 'டெய்லி டெலிகிராப்' செய்தித்தாளை விரும்பிப்
படித்ததைப் பார்த்தார். அப்படி அனைவரும் விரும்பிப் படிக்கும்
வகையில் அந்தச் செய்தித்தாளில் என்னதான் இருக்கிறது என்று
அந்தச் செய்தித்தாளை வாங்கி பல்வேறு பக்கங்களைப் பார்த்தார்.

அப்படிக் கவனித்த பிற்பாடு அவர் என்ன செய்தார் என்பதுதான்
அதே நிகழ்வைப் பார்த்த மற்றவர்களுக்கும் அவருக்கும்
இடையே இருந்த வேறுபாடு.

அவர் கண்கள் கவனித்து வாங்கி அனுப்பிய செய்திகள் ஒன்றல்ல,
இரண்டு. முதலாவது பலரும் ஆர்வமுடன் படிக்கிறார்கள் என்பது.
இரண்டாவது அந்தச் செய்தித்தாளில் இன்ன இன்ன விவரங்கள்
இப்படி இப்படிக் கொடுக்கப்பட்டிருக்கின்றன என்பது.

இத்துடன் அவருடைய செயல்பாடு 'அ' அற்புதமாக முடிந்தது.

நாமும் இப்படி ஓர் நாளிதழ் தொடங்கலாமே என்ற எண்ணம் வந்தது அல்லவா. அது எங்கிருந்து வந்தது... வெளியில் இருந்தா?

சில நேரங்களில் சிலருக்கு அப்படி வெளியில் இருந்தும் கிடைப்ப துண்டு. 'ஏனப்பா நீ இப்படி ஒன்றைச் செய்யலாமே! உன்னால் செய்ய முடியுமே. இது நன்றாக வருமே' என்பது போல நட்போ உறவோ வேறு எவருமோ சொல்லலாம். தூண்டலாம்.

அப்படி வெளியில் இருந்துவந்தால், அதை ஒருவர் சரியாக உள்வாங்கிக்கொண்டுவிட்டால் அதுவும் செயல்பாடு 'அ' தான். 'ஆ' அல்ல.

அந்த இளைஞருக்கு நாமும் செய்தித்தாள் ஒன்று தொடங்கலாம் என்ற எண்ணம் மனத்தில் இருந்து வந்தது. அங்கிருந்து எப்படி வரும்? அங்கே என்ன இருக்கிறது?

உள்ளே என்ன இல்லை? ஒரு நூற்களஞ்சியமே இருக்கிறது. பரந்து பட்ட ஞானம் எல்லோருக்குள்ளும் இருக்கிறது. அதே இளைஞரிடமும் எப்போதுமே இருந்திருக்கிறது. ஆனால் லண்டனில் படிக்கப் போயிருந்தபோது மட்டும் அந்த எண்ணம் அந்த இளைஞருக்குத் தோன்றக் காரணம் என்ன? பலரும் ஆர்வமுடன் படிப்பதைப் பார்த்தது ஒரு புறத்தூண்டுதல். ஆக, விவேகானந்தர் சொன்னதில் 'அ'-வும் இருக்கிறது 'ஆ'-வும் இருக்கிறது.

முன்பு ரங்கராஜன் என்ற ஒரு நோயாளியை 40 நிமிடங்கள் அமைதியாக ஆராய்ந்துவிட்டு, அவருக்கு வந்திருப்பது கேன்சர் அல்ல. Sarcoidosis என்று தெளிவாகச் சொன்ன அந்த மருத்துவர், அந்தத் தகவலைப் பெற்றது அவருடைய மூளையில் இருந்துதான். மனத்துக்குள் இருக்கும் அவரது நூலகத்தில் இருந்துதான்.

அவர் அளவே அல்லது அந்த மருத்துவரைவிட அதிகமாக மருத்துவப் படிப்பு படித்தவர்களின் மனங்களிலும் அப்படிப்பட்ட நூலகங்கள் உண்டு. அப்படிப்பட்ட பல்வேறு மருத்துவர்களும் முன்பு அதே ரங்கராஜனை ஆராய்ந்தார்கள். அவர்களுடைய மனங்களையும் ரங்கராஜனின் உடல்நிலை மற்றும் பல்வேறு ரிப்போர்ட்டுகள் புறத் தூண்டுதல் செய்திருக்கும். ஆனால், அவர்கள் தூண்டப்படவில்லை.

அதாவது அவர்களிடம் முதல் செயல்பாடான, சரியாகக் கவனித்தல் உள்வாங்குதல் 'அ' சரியாக நடக்கவில்லை. அதனால்

அடுத்த செயல்பாடான 'ஆ'வும் நடக்கவில்லை. மேலோட்ட மாக, தவறாக ரங்கராஜனுக்கு வந்திருந்தது இன்ன வியாதி என்று ஆளுக்கு ஒன்றைச் சொன்னார்கள். ஒரு மருத்துவர் கேன்சர் என்றுகூடக் கணித்தார்.

கிரிக்கெட்டில் மட்டை பிடிப்பவர் பந்தைக் கவனித்தல் செயல் பாடு 'அ'. அந்தப் பந்து வீச்சை எப்படி எதிர்கொள்வது என்பது யோசித்து முடிவெடுப்பது செயல்பாடு 'ஆ'.

'ஆ' மனதில் இருந்து வருவது. அந்த முடிவு விளையாட்டரங்கில், மைதானத்தில் கிடைக்காது. ஏறிப் போய் அடிப்பதா மட்டையை தூக்கிக்கொண்டு பந்தை அதன் போக்கில் போகவிடுவதா அல்லது தடுத்து ஆடுவதா என்று மனதுதான் தீர்மானித்துச் சொல்லும்.

'எனக்கு சின்ன அம்மை வரவே வராது. என் முகத்தில் கோரமான வடுக்கள் நிச்சயம் ஏற்படாது. காரணம், எனக்கு ஏற்கனவே மாட்டம்மை வந்து போய்விட்டது' என்று ஒரு பால்காரப் பெண் சொன்ன வாக்கியத்தை எட்வர்ட் ஜென்னர் 'கவனித்தது' செயல்பாடு அ. அதைப்பற்றிச் சிந்திக்கத் தொடங்கியது செயல்பாடு ஆ. அவர் மனது அலசி ஆராய்ந்தது நொடிப்பொழுதில் இருக்கலாம். ஆனால் அவ்வளவு விரைவாக அவர் யோசித்தது அவர் மனத்தினுள், நூலகத்துக்குள்.

அதுவரைப் பல கோடி பேரைக் கொன்ற அந்தக் கொடிய நோய் பற்றி ஜென்னர் தெரிந்துதானே வைத்திருந்தார். அவர்தானே இப்போது இப்படி ஒரு வேக்சினேஷன் முறையைக் கண்டு பிடித்தார். அதை அவர் முன்னரே செய்திருக்கலாமே என்று இனி கேள்வி வராது. காரணம், அவருக்கு ஒரு புறத்தூண்டுதல் வந்த போதுதான், அவரால் அப்படி ஒரு முடிவுக்கு வரமுடிந் திருக்கிறது.

இந்த அ,ஆ,இ எல்லாம் கொஞ்சம் தியரி போல இருப்பதாக சிலருக்குத் தோன்றலாம். அதனால் இப்போது ஒரு பிராக்டிகல் வொர்க். என்ன செய்யலாமா?

இங்கே சொல்லப்படும் வழிமுறைகளைச் சரியாகக் கவனிக்க வேண்டும். அதேபோலத்தான் செய்ய வேண்டும். அப்படிச் செய்தால் தான் நம்முடைய தற்போதைய நிலை பற்றி நமக்குச் சரியான புரிதல் கிடைக்கும்.

சரியாகச் செய்வதற்குப் பரிசெல்லாம் கிடையாது. தவிர, எப்படிச் செய்தோம் என்பதை வேறு எவரும் பார்க்கவும் போவதில்லை. இது ஒரு சுயபரிசோதனை. ஆகவே, சொல்லப்படும் வழிமுறையை நேர்த்தியாகப் பின்பற்றுங்கள்.

கீழே கொடுக்கப்பட்டிருக்கும் முக்கோணத்தில் எழுதப் பட்டிருக்கும் வாக்கியத்தை ஒரே ஒரு முறைதான் பார்க்க வேண்டும்.

பார்த்த பின்பு வேறு ஒரு தாளில் - முக்கோணத்தில் எழுதப் பட்டிருக்கும் அந்த வாக்கியத்தை மட்டும் எழுதவேண்டும்.

இதைப் படிக்கும் நேரம், பேப்பர் எடுத்து எழுத வசதியாக இல்லையா? அப்படியென்றால் (மட்டும்) ஒரு முறை பார்த்து விட்டு, முக்கோணத்தில் எழுதப்பட்டிருக்கும் அந்த வாக்கியத்தை, முகத்தை வேறு பக்கம் திரும்பிக் கொண்டு, வாய்விட்டு சத்தமாகச் சொல்லுங்கள். எழுத இயன்றவர்கள் எழுதிவிடுங்கள். அதுதான் சிறந்த முறை.

என்ன சரிதானே.

ஓகே. ஆரம்பிக்கலாம்.

என்ன எழுதினீர்கள்?

'யாரங்கே? அந்தக் குற்றவாளியைக் கொண்டுவாருங்கள் இங்கே' என்றா?

அப்படி எழுதியிருந்தாலோ, வாய்விட்டுச் சொல்லும் போது அப்படிச் சொல்லியிருந்தாலோ அது தவறு.

அதில் என்ன தவறு?

முக்கோணத்தில் கொடுக்கப்படிருக்கும் வாக்கியத்தை மீண்டும் ஒருமுறை பாருங்கள். என்ன எழுதியிருக்கிறது?

'அந்தக் ' என்ற சொல் இரண்டு முறை - மேல் வரிசையில் ஒரு முறையும் கீழ் வரிசையில் ஒரு முறையும் - கொடுக்கப் பட்டிருக்கிறது இல்லையா?

அதை கவனித்தீர்களா? அப்படியே எழுதினீர்களா? அப்படியே எழுதியிருந்தால்... உங்கள் செயல்பாடு நன்றாக இருக்கிறது. அந்தக் என்ற சொல்லை ஒருமுறை மட்டும் எழுதியிருந்தால் உங்கள் கவனிப்பில் கொஞ்சம் வேகம் இருக்கிறது.

இருப்பதை 'கவனிப்பது' வேறு. இப்படித்தான் இருக்கும் என்று 'கணிப்பது' வேறு.

16

மூளைக்குள் பயணம்

ஒருவன் கைகளால் வரைவதில்லை; மூளையால்தான் வரைகிறான்.

- மைக்கேல் ஏஞ்சலோ

2013 ஆண்டில் மட்டும் 69 லட்சம் வெளிநாட்டவர்கள் இந்தியாவுக்கு வந்திருக்கிறார்கள். இந்தியா வந்தவர்கள் எந்த இடங்களுக்குப் போயிருப்பார்கள்?

வியாபாரம் தொழில் நிமித்தமாக வந்தவர்கள் புதுதில்லி, மும்பை, சென்னை பெங்களுரு போன்ற பெருநகரங்களுக்குப் போயிருப்பார்கள்.

சுற்றுலா வந்தவர்கள்? இந்தியாவில் அதிகநேரமும் அதிகப் பணமும் செலவு செய்யத் திட்டமிடாத சுற்றுலாவாசிகள், இந்தியா என்றால் தாஜ்மஹால் என்று முடிவு செய்துவிட்டு வந்திருப்பார்கள். புதுதில்லி வந்து அங்கிருந்து ஆக்ரா போய் தாஜ்மஹாலைப் பார்த்துவிட்டு அங்கிருந்து தாய்லாந்து அல்லது மலேஷியா, சிங்கப்பூர் என்று அவர்களுடைய சுற்றுலாவைத் தொடர்ந்திருப்பார்கள்.

நம்மூரில் இருந்து ஐரோப்பா சுற்றுலா அழைத்துச் செல்பவர்கள் செய்வதும் இப்படித்தானே. பதினான்கு நாள் சுற்றுலா.

இங்கிலாந்து என்றால் லண்டன், ஃப்ரான்ஸ் என்றால் பாரிஸ். அதிலும் அருங்காட்சியகமும் ஈபிள் கோபுரமும். சுவிட்சர்லாந்து என்றால் டிட்லிஸ் மலை. இத்தாலியில் பைசா கோபுரம். மொத்தத்தில் ஒரு நாட்டில் ஒரு இடம், அல்லது இரண்டு இடம். அவ்வளவுதான். 'ஐரோப்பா டூர்' முடிந்தது.

இவற்றை மட்டும் பார்த்துவிட்டு ஐரோப்பாவையே சுற்றிப் பார்த்ததாக நினைக்க முடியுமா. அவ்வளவுதானா ஐரோப்பாவில் இருக்கிறது?

தாஜ்மஹால் மட்டுமா இந்தியா? கூடுதல் நாட்கள் சுற்றுபவர்கள் ராஜஸ்தான் போவார்கள். இன்னும் சிலர் அஜந்தா குகை. அவர்களிலும் தென் இந்தியா வரும் வெளிநாட்டு சுற்றுலாவினர் எண்ணிக்கை குறைவாக இருக்கும். அப்படி இங்கு வருபவர்கள் எந்த இடங்களுக்குப் போவார்கள்?

சென்னை, மகாபலிபுரம் அல்லது காஞ்சிபுரம். மேலும் நாட்கள் கூடுதலாக இருந்தால் மதுரை. அதன்பின்தான் சிதம்பரம் அல்லது தஞ்சாவூர்.

தமிழ்நாட்டில் இவ்வளவுதான் இருக்கிறதா?

அதிக நாட்கள் எடுத்துக்கொண்டு, விமானம் இல்லாமல், கார்களில் அல்லது வேன்களில் பயணம் செய்யத் தயார் என்றால், வேடந்தாங்கல் பறவைகள் சரணாலயம், செட்டிநாட்டு வீடுகள், ராமேஸ்வரம் கோவில் போன்ற இன்னும் எவ்வளவு அழகான வரலாற்று முக்கியத்துவம் வாய்ந்த இடங்களை தமிழ் நாட்டில் பிரயாணம் செய்து, பார்க்க முடியும்!

ஆக, அவரவர் செய்யும் பயணத்தைப் பொறுத்து அவர்கள் காண்பவை அமையும். மேலோட்டமாகப் பார்ப்பது ஒரு வகை. அதிக எண்ணிக்கையிலான நாடுகள் போகலாம். ஆனால், அந்த நாடுகளின் உள்ளேபோய், ஒரு குறிப்பிட்ட விஷயம் குறித்து முழுவதும் தெரிந்துகொள்ளுவது என்பது வேறுவிதமான பயணம். அதற்கான பாதை வேறுவிதமானது. அப்படி வருகிற சுற்றுலா வாசிகளும் உண்டு. அவர்கள் செய்வது ஒருவகையில் பார்த்தால் 'விவரமான' அதாவது 'டீடெயில்டு' பார்வை அல்லது தேடல்.

மேலோட்டமாகவோ, உள் புகுந்தோ இவையெல்லாம் ஊர் சுற்றிப் பார்க்க விரும்புகிற மனிதர்கள் மேற்கொள்ளும் பயணம்.

★

ஓர் ஆங்கிலப்படம், பெயர் நினைவில்லை. சில ஆண்டுகளுக்கு முன் ஒரு விமானப் பயணத்தில் பார்த்தது. அப்பா, அம்மா, மகள். வெளியூரில் இருந்த மகள் ஒருநாள் புதியவன் ஒருவனை வீட்டுக்கு அழைத்து வந்து பெற்றோருக்கு அறிமுகப்படுத்துவாள். நண்பனா காதலனா என்றெல்லாம் அப்பாவுக்குத் தெரியாது, கேட்கவும் மாட்டார்.

அறிமுகத்தின்போது, நீ என்ன செய்துகொண்டிருக்கிறாய் அல்லது என்ன செய்திருக்கிறாய் என்பது போல அவர் கேட்பார். அதற்கு அந்த இளைஞன் சொல்லுவான், 'நான் அதிகப் பிரயாணம் செய்திருக்கிறேன்' என்பான்.

'அப்படியா! எங்கெல்லாம்?' என்பார் ஆர்வத்துடன்.

அவன், தன் தலையில் ஒரு விரலை மட்டும் வைத்து 'உள்ளே' என்பதுபோலப் பதில் சொல்லுவான்.

அட! அவன் பயணித்தது உள்ளே, அவன் மனத்துக்குள். மூளைக்குள்.

வித்தியாசமான பதில் இல்லையா?

விவேகானந்தர் சொன்னது உள்ளே இருப்பது ஒரு நூல் நிலையம், நூற்களஞ்சியம் என்பதுபோல, இவன் சொல்லுவது, அவனது மனதே ஒரு உலகம். அதனுள் அவனுடைய பயணம். அதில் நெடுந்தொலைவு!

ஒரு நாட்டில், ஒரு ஊரில் இருக்கும் ஒரே ஒரு புராதன அல்லது முக்கிய இடத்தை மட்டும் சுற்றுலா வந்தவர்கள் பார்ப்பது ஒரு வகை. ஒரு குறிப்பிட்ட இடத்தைத் தேடி, அங்கு போவதற்கு வசதி வாய்ப்புகள் குறைவாக இருந்தாலும் சிரமம் எடுத்துப் போய்ப் பார்ப்பது, அங்கு கூடுதல் நேரம் செலவு செய்வது வேறு ஒரு வகை.

இந்தப் பிரயாணங்களுக்கும் மனிதர்கள் சிந்தனை செய்வதற்கும் இடையில் ஒருவிதத்தில் ஒற்றுமை இருப்பது கவனிக்க முடிகிறதா?

சிலர் எதையும் மேலோட்டமாகச் சிந்திப்பார்கள். அதிக முயற்சி எடுக்க மாட்டார்கள். அது தாஜ்மஹால் பார்ப்பதுபோல. வேறு சிலர், அதிக நபர்கள் யோசிக்காதவை பற்றி, அதற்குமுன் எவரும் அறிந்து சொல்லாதவை பற்றி யோசிப்பார்கள். ஆராய்வார்கள்.

அறிந்து சொல்வார்கள். அவர்கள் எடுத்து வருவது. அவர்கள் மனதில் இருந்து மூளையில் இருந்து.

கொலம்பஸ-ம், வாஸ்கோடகாமாவும், டென்சிங்கும், எட்மெண்ட் ஹில்லாரியும் செய்தவை ஒருவிதமான தேடல்; ஒருவகையான பயணம். உலகில் அவர்கள் செய்த பயணம்: வெளியில் செய்த தேடல்.

ஐன்ஸ்டைனும், எடிசனும், சி.வி ராமனும், ஹோமி பாபாவும், ராமானுஜமும் செய்த பயணங்கள் வேறு வகையானவை. அவர்கள் தேடியதும் பயணித்ததும் வெளியே அல்ல, உள்ளே.

உள்ளே பயணிப்பது என்றால் என்ன, எப்படி?

ஐன்ஸ்டைன் சொன்னது நினைவிருக்கலாம்: நான் ஒன்றைப் பற்றி அதிக நேரம் சிந்திக்கிறேன்.

ஒன்றைப் பற்றித் தொடர்ந்து சிந்திப்பதுதான் அதில் 'பயணம்' செய்வது.

எலெக்டிரிக் பல்பைக் கண்டுபிடிக்க எடிசன் அந்தத் திசையில் வெகுதூரம் பயணித்திருக்கிறார்.

விஞ்ஞானம் என்றில்லை. எந்தத் துறையில் பாண்டித்தியம் பெறு வதற்கும் அதைப்பற்றி அதிக நேரம் சிந்தித்தாகவேண்டும். அதைப்பற்றித் தெரிந்து கொள்வது, அதைப்பற்றித் தொடர்ந்து சிந்திப்பது.

மூளையின் அமைப்பில் வேறுபாடில்லை என்பதை ஏற்கனவே ஐன்ஸ்டைனின் மூளையை ஆராய்ந்தவர்களை வைத்துப் பார்த் துவிட்டோம். ஆக, கண்டிப்பாக வேறுபாடு பயன்படுத்துவதிலே தான்.

மண்புழு தரையை நிமிண்டி நிமிண்டி உள்ளே நுழைவதுபோல, கிணறு வெட்டுபவர் தொடர்ந்து ஒரே இடத்தில் அகழ்வதுபோல எடுத்துக் கொண்டதைப் பற்றித் தொடர்ந்து யோசித்தல்தான் பயணம்.

தொடர்ந்து ஒரே விஷயம் பற்றிச் சிந்திப்பது மூளையில் உள்நுழைவதுபோல. சிலர் இந்தப் பயணம் மேற்கொள்வதே இல்லை. சோம்பல் கொண்டு, எவர் முதுகிலாவது ஏறிக் கொள்கிறார்கள்.

'எவர் முதுகிலாவது ஏறிக்கொள்வது' என்றால், புரிந்து கொள்ள முயற்சிப்பது இல்லை. தேவை முயற்சி மட்டுமே. செய்தவர்கள் நுழைகிறார்கள். அவர்கள் மூளை உழப்படுகிறது. அதனால் அங்கே விளைச்சல் சாத்தியமாகிறது. நிலத்தில் பழுதில்லை. உழுபவன் முயற்சியில் இருக்கிறது விளைச்சல்.

17

தொடர்ந்து செய்...

எதுவுமே எளிதில் கிடைப்பதில்லை. வேலை, தொடர்ச்சி
யான வேலை, கடின வேலை... இதுவே நிலையான
வெற்றியைப் பெற ஒரே வழி

- ஸ்டீவ் ஜாப்ஸ்

ஒரு வெள்ளைத்தாளில் என்ன இருக்கும்?

என்னது, வெள்ளைத்தாளில் என்ன இருக்குமா?

அதைவிடுங்கள். ஒரு புதிய சி.டி. யில் என்ன இருக்கும்?

புதிய சி.டி என்றால், காலியானதா ஏதும் இருப்பதா?

புதிய, காலியான சி.டி. தான்.

என்ன விளையாடுகிறீர்களா? நீங்களே வெள்ளைப் பேப்பர்
என்கிறீர்கள், காலி சிடி என்கிறீர்கள். பிறகு அதில் என்ன இருக்கும்
என்று கேட்கிறீர்கள். அவற்றில் என்ன இருக்க முடியும்!

உங்கள் வியப்பு சரியானதுதான். வேண்டும் என்றுதான் அப்படிக்
கேட்டேன். இப்போது வேறு ஒரு கேள்வி. 'அந்த வெள்ளைப்
பேப்பரில் என்ன எழுதலாம்? அந்த சிடியில் என்ன சேமிக்கலாம்?'
இது கேள்வி. 'எதை வேண்டுமானாலும் எழுதலாம். எதை
வேண்டுமானாலும் சேமிக்கலாம்.'

இந்தப் பேப்பரும் புதிய சிடியும் எதற்கு ஒப்பானவை?

இது தெரியாதா? சுற்றி வளைத்து எங்கே வருவீர்கள் என்றும் தெரியுமே! இவை இரண்டும் நமது மூளைக்கு ஒப்பானவை.

அதேதான். இந்த வெள்ளைப் பேப்பர், காலி சிடி போன்ற கொள்திறன் கொண்ட, வாங்கு சக்தி பெற்ற மூளையுடன்தான் எல்லோருமே இந்த உலகுக்குள் வருகிறோம். அதில் எதை வேண்டுமானாலும் எழுதிக்கொள்ளலாம். யாரும் எழுதிக் கொள்ளலாம். சிலர் எழுதிக்கொள்கிறார்கள். சிலர் எழுதிக் கொள்வதில்லை.

★

பல்கலைக்கழகம் ஒன்றில் துறைத்தலைவராக இருந்து ஓய்வு பெற்ற பேராசிரியர் ஒருவரிடம் பேசிக்கொண்டிருந்தேன். முனைவர் பட்டம் பெறுவதற்காகப் படித்துக்கொண்டும் ஆராய்ச்சிகள் செய்துகொண்டும் இருந்த அவரது கல்லூரிக் காலம் குறித்துப் பகிர்ந்துகொண்டார்.

அவர் முனைவர் பட்டம் பெறப் பதிவு செய்து மாதங்கள் அல்ல ஆண்டுகளே சில உருண்டோடிவிட்டனவாம். வேண்டிய ஆராய்ச்சியைச் செய்து விவரங்கள் சேகரித்துவிட்டார். ஆனால், அவற்றை அலசி ஆராய வேண்டும். தவிர, மொத்த ஆய்வறிக்கை யையும் எழுதவேண்டும். அதற்கு நேரமே கிடைக்காமல் தள்ளிப் போய்க்கொண்டே இருந்ததாம்.

காரணம், அவரது துணை பேராசிரியர் பணி. அவரது கல்லூரியில் அவருக்கு ஏராளமான பொறுப்புகள். தவிர, திருமணம் ஆகிக் குடும்பப் பொறுப்பும் சேர்ந்துகொண்டிருந்த நேரம். சேகரித்ததை ஆராய்ந்து எழுதுவதுதான் அவர் இறுதியாகச் செய்து முடிக்கவேண்டிய வேலை. அது முடியாமல் இழுத்துக்கொண்டே இருந்தது. ஒரு முறை என்ன ஆனாலும் சரி என்று ஒரு மாதம் விடுப்பு எடுத்துக்கொண்டு வீட்டில் உட்கார்ந்து எழுதி முடிக்க முடிவெடுத்தார்.

வீட்டில் ஓர் அறையை இதற்காக ஒழுங்குபடுத்திக்கொண்டார். தனி அறை. மனைவியிடமும் பேசிவிட்டார். அதனால் மனைவியின் முழு ஒத்துழைப்பு. காலையில் அந்த அறைக்குள் போய் உட்கார்ந்துவிடுவார். இரவு வெகு நேரம் வரை அதே வேலைதான்.

போன பேசுவது, வேறு எவரையும் பார்ப்பது, வெளியில் போவது போன்ற எதுவும் கிடையாது. முழு மூச்சாக அதே வேலையைச் செய்திருக்கிறார்.

அவரது ஆராய்ச்சிக்கான வழிகாட்டியே (Guide) ஆச்சரியப்படும் விதம் கிட்டத்தட்ட 80 விழுக்காடு வேலை முடிந்துவிட்டதாம். மறுநாள் ஒருமாத விடுப்பு முடிந்து அவர் கல்லூரிக்குப் போய் அவரது ஆசிரியைப் பணியைச் செய்யவேண்டும்.

இரவு மணி ஒன்று. தூக்கம் வராமல் புரண்டு புரண்டு படுத்திருக்கிறார். கவனித்த மனைவி அவரைக் கேட்டிருக்கிறார்.

'என்ன யோசனை பண்ணிக்கிட்டிருக்கீங்க?'

'நாளைக்கு வேலைக்குப் போகவேண்டுமே என்பது பற்றித்தான்'.

'அதைப்பற்றி என்ன கவலை. ஒருமாதம் மருத்துவ விடுப்பு அனுமதியுடன்தானே எடுத்திருக்கிறீர்கள்! அதில் என்ன பிரச்னை வரும் என்று நினைக்கிறீர்கள்?'

'வேலையில் ஏதும் பிரச்னை இல்லை. நாளை முதல் இந்த முனைவர் ஆராய்ச்சியைத் தொடர முடியாதே அதுபற்றித்தான் கவலையாக இருக்கிறது'.

'அதற்கென்ன செய்ய? வேலையையும் பார்க்கவேண்டும் அல்லவா! நீங்கள்தான் எழுதவேண்டியதில் பெரும்பகுதியை முடித்துவிட்டீர்களே. பிறகென்ன, ஞாயிற்றுக்கிழமைகள், பிற விடுமுறை தினங்கள் மற்றும் தினமும் ஒன்றிரெண்டு மணி நேரங்கள் என்று இந்த வேலையைச் செய்தால், ஒரு மாதத்தில் முடிந்துவிடாதா என்ன?'

'முடியாது.'

'அப்படியா? அவ்வளவா பாக்கி இருக்கிறது!'

'அவ்வளவு பாக்கி இல்லைதான். ஆனால் வேலைக்குப் போய் விட்டால் இதை முடிக்க இன்னும் ஆறுமாதம் ஆனால் கூட ஆச்சரியப்படுவதற்கில்லை'.

வேலைக்குப் போய்விட்டால்... என்பதை அவர் அழுத்திச் சொல்லியிருக்கிறார்.

அதைக் கவனித்துவிட்ட மனைவி கேட்டிருக்கிறார், 'வேலைக்குப் போகாமல் இதே வேலையைச் செய்தால்?'

'ஒரு வாரத்தில் முடித்துவிடுவேன்'.

'அப்படியா? அதெப்படி சாத்தியம்?'

'சூட்டோடு சூடாக இதே நினைப்பில் இருக்கையில் முடிப்பது எளிது. அது மட்டுமல்ல. இப்போது இந்த விஷயத்தில் ஒரு குறிப்பிட்ட புரிதலில் இருக்கிறேன். தெளிவான ஒரு சிந்தனையில் இருக்கிறேன். இதைவிட்டு விலகினால், வேறு சிந்தனைகள் உட்புகுந்தால், இந்தத் தெளிவு போய்விடும். விட்ட நூலை மீண்டும் பிடிக்க அதிக சிரமப் படவேண்டியிருக்கும். அதனால் கூடுதல் நேரமாகும்.'

'அப்படியென்றால் தைரியமாக இன்னும் ஒருவாரம் என்ன, பத்துநாள் விடுப்பு எடுங்கள். சம்பளம் பிடித்துக்கொண்டாலும் பரவாயில்லை. வேலைக்கே தொந்திரவு வந்தாலும் பரவா யில்லை. ஆனால் முடித்து விடுங்கள். வருவதை எதிர்கொள் வோம்.'

தெளிவடைந்தார். விடுப்பு எடுத்தார். முடித்துவிட்டார்.

★

இதுதான் உள்நோக்கிய பயணம் என்பது. ஒன்றைப் பற்றியே யோசிக்கையில் நமது மூளைக்கு உள்ளாக நாம் பிரயாணம் செய்வது போலத்தான். அங்கே காணாததை எல்லாம் காண்போம். இடையில் நிறுத்திவிட்டு வேறு ஒன்றில் கவனம் செலுத்தும்போது, போன பாதையில் இருந்து வெளியேறி வேறு இடம் போவது போல. மீண்டும் விட்ட இடத்தைப் பிடிக்க நேரமாகும். சமயத்தில் பிடிக்க முடியாமலும் போகலாம்.

இதனால்தான் நிறுவனங்களில் சிலவிதமான பயிற்சிகளுக்கு 'ரெசிடென்ஷியல் புரோகிராம்' என்கிறார்கள். மூன்று நாள், ஒரு வாரம் இரண்டு வாரப் பயிற்சிகளின் போது, 'வீட்டுக்குப் போகவேண்டாம். பயிற்சி நடக்கும் இடத்திலேயே சக பயிற்சி யாளர்களுடனேயே இருங்கள். அதைப்பற்றியே சிந்தியுங்கள், பேசுங்கள், குழு வேலைகள் செய்யுங்கள்' என்பது போலச் சொல்கிறார்கள்.

சில மாணவர்களுக்கு ஆண்டு முழுவதும் அப்போதும் இப்போது மாகப் புரட்டும் புத்தகத்தில் இருப்பவை புரியாமலும் தலையில் 'ஏறாமலும்' இருக்கும். ஆனால் அதே புத்தகத்தில் இருக்கும்

பாடங்கள் தேர்வு நெருங்கிவிட்ட நேரம் தொடர்ந்து படிக்கப் படிக்கப் புரியும், மனதில் பதியும். தேர்வில் உதவும்.

'இதைப்போல ஆண்டு ஆரம்பத்தில் இருந்தே படித்திருந்தால் எவ்வளவு வேறுபாடு வந்திருக்கும்!' என்று அந்த மாணவரே நினைப்பார். அதே மாணவன்தான். அதே புத்தகம்தான். அதே பாடங்கள்தான். வேறுபாடு எங்கிருந்து வந்தது?

கவனக் குவிப்பு மட்டுமே வேறுபாடு. கவனக் குவிப்பின்போது என்ன நடைபெறுகிறது? ஒரு ஸ்குரு ஆணியை மரப்பலகையில் திருகுவது போல ஒரே விஷயத்தைப் பற்றி யோசிக்கிறோம். அந்த யோசிப்பு நமது மூளையில் நடைபெறுவதால், நாம் நமது மூளைக்குள் அந்தத் திசையில் பயணிக்கிறோம்.

பிரக்ஞைபூர்வமாகச் செய்யும் பயணம். மாணவன் தேர்வுக்காகப் படிப்பது இது போன்றதுதான். முயன்று ஒரு புதிய மொழியைக் கற்றுக்கொள்ளுவதும் இதே வழிமுறைதான்.

பாடத்தை, மொழியை மட்டுமல்ல. குறிப்பிட்ட காலத்துக்குள் என்று, முறையாகப் படிக்கும், கற்றுக்கொள்ளும், செய்து பழகும் எதுவும் இந்த வகையைச் சேர்ந்ததுதான். எல்லாம் தனது மூளைக்குள் ஒருவர் செய்யும் பிரக்ஞைபூர்வமான பயணம்.

இதில் சேராத ஒரு வகையும் உண்டு.

உதாரணத்துக்குக் குயவர் எந்தத் தொழில்நுட்பக் கல்லூரிக்கும் போகாமல், மிக அழகாக, வேகமாக, நேர்த்தியாக மண் பாண்டங்கள் செய்கிறாரே, அது எப்படி?

18

சொல்லத் தெரியாத திறமை

அனுபவத்தில் இருந்து கிடைக்கும் அறிவு, வெறுமனே
புத்தகங்களில் இருந்து கிடைக்கும் அறிவைவிடப் பல
மடங்கு உயர்ந்தது.

- காந்தி

சென்ற அத்தியாயத்தில் பார்த்த குயவர் மட்டுமல்ல. தச்சர், பொற்கொல்லர், மீனவர் என்று எந்தக் குறிப்பிட்ட தொழில் நுட்பத்தைப் பயன்படுத்துகிறவரும், அந்தத் தொழில் தொடர் பான திறனை எப்படிப் பெறுகிறார்கள்? அவர்களுக்கு முறையான பாடத்திட்டம்கொண்டு எவரும் அதைச் சொல்லிக் கொடுப்பதில்லை. குறிப்பிட்ட காலத்துக்கு முழுநேரக் கல்வியாக அதைக் கற்காமலேயே அவர்களால் எப்படி அந்தத் திறனைப் பெறமுடிகிறது?

அவர்களைப் போலவேதான் கயிறு மேல் நடக்கும் கழைக் கூத்தாடிகள், லாரி, டாக்ஸி போன்ற பெரிய வாகனங்களை ஓட்டு பவர்கள் இவர்களுக்கெல்லாம் அந்த லாகவம் வந்தது எப்படி? அவ்வளவு ஏன், மயானங்களில் பிணம் எரிப்பவர்கள் கூட, கனத்த பிணத்தைக் கழியால் லாகவமாகப் புரட்டிப் போட்டு எரிக்கிறார்களே, அந்தத் திறன் அவர்களுக்கு எங்கிருந்து வந்தது?

மொத்தத்தில் இவர்களில் எவரும் கற்றுக்கொள்வதற்காக எந்தத் தொழிற்பயிற்சிப் பள்ளிக்கோ கல்லூரிக்கோ போகவில்லை. ஆனாலும் மிகச் சிறப்பாகச் செய்கிறார்கள்.

இவையெல்லாம் அனுபவத்தில் வருபவை என்று பதில் சொல்லலாம். அனுபவம் என்பது சரிதான். ஆனால் அனுபவம் என்றால் என்ன? அதன்மூலம் திறன் வருவது எப்படி?

அனுபவம் என்பதும்கூட ஒரு விஷயத்தை முறையாகப் படிப்பது போலத்தான். அனுபவம் கிடைக்கிறபோது, அது தொடர்பான விவரங்கள் மூளையில் தொடர்ந்து பதியப்படுகின்றன. எந்த வேலையைச் செய்தாலும் அதிகமாகவோ குறைவாகவோ அதில் கவனம் போகிறது. அதனால் அந்தச் செயல்பற்றிய சிந்தனை உருவாகிறது. கற்றுக்கொள்வதற்காக, அதே வேலையைச் செய்ப வரைக் கவனிக்கிறார்கள். 'சீனியர்'ரைப் பார்த்துக் கற்றுக் கொள்வது. இந்தச் செயலும் அதே விஷயத்தைப் பற்றிய சிந்தனையை ஏற்படுத்துகிறது.

பாடத்திட்டமில்லைதான். முறையாகக் கற்றுத்தரும் ஆசிரியர்கள் இல்லைதான். ஆனாலும் அந்தத் திறன் மெல்ல மெல்ல அவர்களுக்கு வசப்படுகிறது. 'எறும்பு ஊரக் கல்லும் தேயும்' என்று ஒரு பழமொழி. கருங்கல் உறுதியானது. அதை உடைக்க வேண்டுமென்றால் கூர்மையான உளி வேண்டும். உடன் கனமான சுத்தியல் வேண்டும். தவிர, ஓங்கி அடிக்க வேண்டும். அப்படிப் பட்ட கருங்கல், எறும்புகள் தொடர்ந்து அதன்மீது ஊர்ந்தால் நாளாவட்டத்தில் கொஞ்சம் தேய்ந்துபோகும்.

எறும்பு மிக எளிமையான சிறிய உயிரினம். அதன் உடல் பூஞ்சை யானது. கால்களோ மிக மிகச் சிறியன. பூவைவிடவும் எடை குறைவானவை. அப்படிப்பட்டவை தொடர்ந்து ஊர்ந்தாலே, உறுதியான கருங்கல்கூடக் கொஞ்சம் தேயுமாம். எதைத் தொடர்ந்து செய்தாலும், எவ்வளவு சிறிய தாக்கம் கொடுக்க வல்லதாக இருந்தாலும், தொடர்ந்து செய்யும் காரணத்தால் அதற்கு நிச்சயம் ஒரு விளைவு இருக்கும் என்று தெரிவிப்பதுதான் 'எறும்பு ஊரக் கல்லும் தேயும்' என்பது.

இதுதான் தொடர்ந்து செய்கிறவர்கள், அது தொடர்பான திறன் பெறுவதற்கும் காரணம். முயற்சி திருவினையாக்கும் என்பார்கள்.

குயவன், தச்சன், பொற்கொல்லன் போன்றோர் எல்லாம் சிறுவயதில் இருந்து ஒரே வேலையைத் தொடர்ந்து செய்ய,

அவர்களை அறியாமல் அவர்கள் மூளையின் மீது அந்தக் குறிபிட்ட விவரத்தை எடுத்து எடுத்து வைத்துக்கொண்டே இருக்கிறார்கள். அந்த விவரங்கள் உள்ளே போகின்றன. மூளைக்குள் பயணிக்கின்றன. செழுமை பெறுகின்றன.

★

சுமார் 15 ஆண்டுகளுக்கு முன் நடந்தது இது. திருச்சி பெல் நிறுவன ஊரகத்தில் மனமகிழ் மன்றம் என்று ஒரு அமைப்பு உண்டு. ஒரு கூடைப்பந்து போட்டி. அதைத் துவக்கி வைக்க நிறுவனத்தின் தலைவரும், மனமகிழ்மன்றத்தின் தலைவருமாக இருந்த திரு எல்.இராமனாதனை அழைத்திருந்தார்கள்.

மாலை மணி ஏழு. சுற்றிலும் ஓங்கி உயர்ந்து நின்றுகொண்டிருந்த 'ஃபிளட் லைட்' கள் ஆடுகளத்தின் மீது வெளிச்சத்தை அள்ளிக் கொட்டிக்கொண்டிருந்தன. பல்வேறு மாநிலங்களில் அமைந் திருந்திருக்கும் பெல் நிறுவனங்களில் இருந்து வந்திருந்த குழுக்கள், அந்த 'இண்டர்யூனிட்' போட்டியின் ஆரம்பவிழாவில், ஆடுகளத்தைச் சுற்றி அமர்ந்திருக்கிறார்கள்.

அதிகாரியை அழைத்து, அவர் கையில் சிவப்பு நிறப்பந்தைக் கொடுத்து, கூடையில் பந்தைப் போட்டு, போட்டியைத் துவக்கி வைக்குமாறு ஏற்பாட்டாளர்கள் கேட்டுக்கொள்கிறார்கள். அதைப்பற்றிய அறிவிப்பை மைக்கில் சொல்கிறார்கள்.

கூட்டம் கைதட்டுகிறது.

அதிகாரி எல். இராமனாதன் பெருமிதத்துடனும் மகிழ்ச்சியுடனும் ஆடுகளத்துக்குள் போகிறார். பந்தைத் தூக்கிக் கூடையை நோக்கி எறிகிறார். அட! பந்து கூடையில் விழாதது மட்டுமல்ல, கூடைக்கு அருகில் கூடப் போகவில்லை! தள்ளிப் போய் விழுகிறது. சுற்றி இருந்த பார்வையாளர்கள் மத்தியில் சலசலப்பு. சில சிறுவர்கள் சத்தமாகச் சிரிக்கக் கூடச் செய்தார்கள். யாரோ ஒரு விளையாட்டு வீரர், பொறுப்பாக ஓடிப் பந்தை எடுத்து வந்து மீண்டும் அதிகாரியிடம் நீட்டுகிறார். இந்த முறை கொஞ்சம் அதிக முயற்சியுடனும் கூடுதல் கவனத்துடனும் எறிகிறார் அதிகாரி. கூடைக்குக் கொஞ்சம் அருகில் போனதே தவிர உள்ளே போகவில்லை.

இன்னொருமுறையும் முயற்சி செய்தபின், அவர் தொடக்க உரையாற்றினார். 'சற்று முன்னதாகவே வந்துவிட்டதால், துவக்க

விழாவுக்கு முன்பாக இதே ஆடுகளத்தில் பயிற்சி செய்து கொண்டிருந்த சிலரைப் பார்த்தேன். அவர்களில் சில ஆட்டக்காரர்கள் பந்தை மிகச்சரியாகக் கூடைக்குள் போடுவதைப் பார்த்தேன்' என்று தொடங்கி, கூடைப்பந்து ஆடுகிறவர்களின் சிறப்பு என்ன என்பதைப் பற்றி மிக அழகாக விரிவாகப் பேசினார்.

ஆமாம். அங்கே கூடியிருந்த அத்தனை வீரர்களும் வியக்கும் வண்ணம், ஆடுகிறவர்களின் வேகமாக ஓடும் கால்கள், விடாமல் பந்தைத் தரையில் தட்டிக்கொண்டேயிருக்கும் அவர்களது கைகள், ஏனைய வீரர்கள் எங்கே இருக்கிறார்கள், களத்தில் எங்கே வாய்ப்பு இருக்கிறது என்று அங்கும் இங்கும் வேகவேகமாக அலைபாயும் அவர்களது கண்கள், தேவைப்படும் நேரம் சரியாகத் திசை மாறும் அவர்களது இடைவிடாத ஓட்டம், தேவையான உயரத்துக்குச் சரியாக எம்பும் அவர்கள் உடல், இவை எல்லா வற்றுக்கும் இடையே நிகழும் அற்புதமான ஒத்திசைவு என்று அவர் அந்த ஆட்டத்தைப் புட்டுப் புட்டு வைத்தார். பலத்த கைதட்டல்.

அந்த ஆட்டத்தின் மிகச் சிறந்த வீரரைப் பேசச் சொல்லியிருந்தால் அவரால் கூட அப்படிப் பேசியிருக்க முடியுமா என்பது சந்தேகமே. அவர் பேசியது அத்தனையும் உண்மை. ஏதும் மிகைப் படுத்தப்படவில்லை. அவர் விவரித்த அத்தனையும் அந்த வீரர்கள் சடுதியில் நிகழ்த்திய அதிசயம்தான். அந்தக் கூடைப் பந்து வீரர்கள் மட்டுமல்ல. இதே வேகமும், லாகவமும், நேர்த்தியும் ஏனைய ஆட்டங்களான ஹாக்கி, கால் பந்து, கிரிக்கெட், டென்னிஸ் போன்ற விளையாட்டு வீரர்களிடமும் காணலாம்.

எந்தச் சிறந்த விளையாட்டு வீரரும் ஆட்ட நேரத்தில், மேலே அந்த அதிகாரி விவரித்துபோல, ஆட்டத்தில் அந்தக் கணத்தில் என்ன தேவையோ அதை நொடிப்பொழுதுக்கும் குறைவான நேரத்தில் சிந்தித்து, முடிவெடுத்து, அதை உடம்புக்குச் சொல்லி, உடனே செயல்படுத்திவிடுவர்கள்.

இதெல்லாம் எப்படி சாத்தியம் ஆகிறது, இவற்றை எல்லாம் நீங்கள் எப்படிச் செய்தீர்கள் என்று அவர்களிடம் கேட்டால், சமையல் குறிப்பு சொல்லுவது போல, 'இப்படி இப்படி, இது முதலில் இது அடுத்து இவ்வளவு நேரம்' என்றெல்லாம் சொல்ல மாட்டார்கள். அவர்களால் விவரிக்க முடியாது. காரணம், அது எப்படி நிகழ்ந்தது என்பது அவர்களுக்கே தெரியாது.

வேண்டுமானால் இன்னொருமுறை செய்துகாட்டுவார்கள். எத்தனை முறை வேண்டுமானாலும் அவர்களால் செய்ய முடியும். ஆனால் எப்படி செய்தார்கள் என்று சொல்ல முடியாது!

என்ன ஆச்சரியமாக இருக்கிறதா?

குயவரிடம் என்ன நிகழ்கிறது, எப்படி லாகவமாகப் பானை செய்வது என்று கேளுங்கள். அவருக்குச் சொல்லத் தெரியாது. ஆனால் செய்து காட்டுவார். தச்சரிடம், ஆட்டக்காரர்களிடம் என யாரிடம் வேண்டுமானாலும் கேட்டுப்பார்க்கலாம். எல்லாம் பழக்கம் என்பார்கள். விலாவாரியாக, எழுதிக்கொண்டு வேறு ஒருவர் செய்துவிடக்கூடிய அளவுக்கு விவரங்கள் தரமுடியது. எப்படி கவிதை எழுதுவது என்று பாடம் எடுத்துச் சொல்லித் தரமுடியுமா என்ன? இப்படிப்பட்ட திறமைகள் பற்றி உலகத்தில் ஆராய்ந்திருக்கிறார்கள். தொடர்ந்து ஆராய்ந்தும் வருகிறார்கள். செய்ய முடிந்த, ஆனால் செய்பவராலேயே விவரிக்க முடியாத திறனுக்குப் பெயர் டேசிட் நாலெட்ஜ் Tacit Knowledge. வெளிப் படையாகத் தெரிகிற, சொல்லிக்கொடுக்க முடிந்த அறிவுத்திறன் என்பது Explicit Knowledge. இதைத் தமிழில் சொல்லுவதென்றால் வெளிப்படையான அல்லது வெளித்தெரிகிற அறிவு என்று சொல்லலாம். இதுவே சரியான விளக்கமல்ல.

19

பழகப் பழக வரும் பாண்டித்தியம்

பத்தாயிரம் அடி முறைகளைக் கற்றுக் கொண்ட ஒருவனைப் பார்த்து நான் பயப்படவே மாட்டேன். ஆனால், ஒரே ஒரு அடிமுறையைப் பத்தாயிரம் தடவை கற்றுக்கொண்டவனைப் பார்த்து நிச்சயம் பயப்படுவேன்.

- ப்ரூஸ் லீ

இந்த உலகிலேயே வேகமாக ஓடக்கூடிய மனிதன், இப்போதைக்கு உசைன் போல்ட்தான். 2012 ஒலிம்பிக்கில், நூறு மீட்டர் ஓட்டப்பந்தயத்தில் தங்கப்பதக்கம் வென்றவர். 100 மீட்டர் தூரத்தைக் கடக்க அவர் எடுத்துக்கொண்ட நேரம் 9.58 விநாடிகள். அவரால் அப்படி வேகமாக ஓடமுடியும். ஆனால், எப்படி அவ்வாறு ஓடுகிறார் என்று அவரால் சரியாக விவரிக்க முடியாது. செய்ய முடிந்து விவரிக்க முடியாதது, டேசிட் நாலெட்ஜ் (tacit knowledge).

இதென்ன விந்தையாக இருக்கிறதே என்றுதான் எனக்கும் தோன்றியது. யோசித்துப் பார்த்தேன். புதிர் விடுபடுவதுபோல் இருந்தது. எப்படி என்கிறீர்களா?

கற்றலில் நான்கு நிலைகள் இருக்கின்றன. ஓர் எடுத்துக்காட்டு மூலம் பார்க்கலாம்.

பேருந்தில் போகிறபோது, இருவருக்கு இடையே வாக்குவாதம் ஏற்பட்டு அது கைகலப்பில் முடிந்தது. வண்டியை விட்டு இறங்கிய பின்பும் பிரச்னை தொடர்ந்தது. கீழே இறங்கியதும், மீண்டும் இருவரும் அடித்துக்கொண்டார்கள். இருவருமே இளைஞர்கள். அதில் ஒருவர் கராத்தே தெரிந்தவர்போல. அவருடைய அடிகள் பலமாகவும் சரியாகவும் இறங்க, அடுத்த வரால் சமாளிக்க முடியவில்லை. அவர் விட்ட குத்துகள் காற்றில் தான் விழுந்தன. அவரால் எதிராளியை அடிக்க முடியவில்லை. நிறைய அடி வாங்கினார். ஒரு கட்டத்தில், அடி தாங்காமல் கீழே விழுந்துவிட்டார். பேருந்து நிறுத்தத்தில் இருந்த சிலர் இருவரையும் விலக்கிவிட்டார்கள்.

அடிகொடுத்தவர், கொஞ்ச தூரம் நடந்திருப்பார். என்ன நினைத்தாரோ தெரியவில்லை, அடிவாங்கியவர் திடீரென எழுந்து ஓடிப்போய், அடித்தவரை எட்டி உதைக்க முயன்றார். ஆனால், அந்த கராத்தே தெரிந்தவரோ, லாகவமாக விலகிக்கொண்டார். தன்னைத் தாக்க வந்தவனின் அடுத்த அடுத்த முயற்சிகளையும் அனாயாசமாகத் தவிர்த்துவிட்டு, 'போடா, மேலும் உதை வாங்காமல் ஒழுங்காக வீடு போய்ச்சேர்' என்பதுபோல் கையசைத்துவிட்டு, அங்கிருந்து கிளம்பிப் போய்விட்டார்.

அடிவாங்கியவர் பெயர் சுரேஷ்; அடித்தவர் பெயர் குமார் (என்று வைத்துக்கொள்வோம்). குமாருக்குக் கராத்தே தெரியும். முறையாகப் பயிற்சி பெற்றிருக்கிறார். சுரேஷை வைத்துத்தான் நாம் கற்றலின் நான்கு நிலைகளைப் பார்க்கப்போகிறோம்.

சுரேஷின் ஆரம்ப நிலை என்ன?

சுரேஷ¯க்கு கராத்தே தெரியாது. தவிர, தனக்கு கராத்தே தெரியாது என்பதும் சுரேஷ¯க்குத் தெரியாது. அதனால்தான், குமார் அடித்த விதத்தைப்போல் சுரேஷ் முயன்றிருக்கிறார்.

'குமார் அடித்து உதைத்த விதம் எல்லாம் கராத்தே வகை. அதை நாம் பழகவில்லை. பழகினால்தான் அதைச் சரியாகச் செய்ய முடியும்' என்பது போன்ற சிந்தனைகள் சுரேஷிடம் இல்லை. அதனால்தான், பேருந்து நிறுத்தத்தில், கீழே விழுந்தபின் எழுந்து, தன்னை அடித்தவன் அடித்த விதத்தில் முயற்சித்தார், தோல்வியுற்றார்.

அவர், குமார்போலச் செய்தது எதுவும் பலிக்கவில்லை. ஏன்? அவரிடம் கராத்தே திறன் இல்லை. அதை அவர் பழகியிருக்க வில்லை.

சுரேஷ் இருந்த ஆரம்ப நிலை, 'கராத்தே என்று ஒரு தற்காப்புக் கலை உண்டு; அதைப் பழகினால், நம்மைத் தற்காத்துக் கொள்ளலாம்' என்பது தெரியாத நிலை. அந்தத் திறன் இல்லை. தவிர அப்படி ஒரு திறன் உலகில் உண்டு என்பதும் தெரியவில்லை. இதை 'அன்கான்ஷியஸ் இன்காம்பிடென்ஸ்' (Unconcious Incompetence) பிரக்ஞையற்ற செயல் திறனின்மை என்பார்கள்.

இதுதான், கற்றலின் ஆரம்ப நிலை.

இருவருக்குள்ளும் நடந்த கைகலப்பில், சுரேஷ் அடிக்கும் அடிகள், குமார் மீது சரியாக விழவில்லை. காரணம், குமார் சரியாக நகர்ந்துவிடுகிறார். ஆனால், குமார் அடிக்கும் ஒவ்வொரு அடியும் சுரேஷ் மீது இடியாக இறங்குகின்றன.

சுரேஷின் மனது இப்போது விழிப்புடன் இவற்றைக் கவனிக்கிறது. 'தனக்குத் தெரியாத ஏதோ ஒரு விதத்தில் எதிரி தாக்குகிறான்'.

பேருந்து நிறுத்தத்தில் மேலும் அடிவாங்கி கீழே விழுந்தபின், திருப்பித் தாக்கத் துடித்த சுரேஷ் மனது அவருக்குச் சொல்லுகிறது – 'எதிரி ஏதோவிதங்களில் கால்களைத் தூக்கி உதைக்கிறானே. அதேவிதத்தில் நீயும் உதை, அவ்வளவுதான். அவனும் பாதிக்கப் படுவான்'.

மனது சொல்லியபடி சுரேஷ் முயற்சிக்க, அது சரியாக வரவில்லை. காரணம், சுரேஷ் கராத்தே பழகவில்லை. சுரேஷிடம் அந்தத் திறன் இல்லை.

அப்போது அவன் மனது குறித்துக்கொள்ளும். என்னவென்று?

'ஏதோ ஒரு குறிப்பிட்டவிதமாகத் 'தடுக்கலாம் தாக்கலாம்'. அதை எதிரி பழகியிருக்கிறான். நாம் பழகவில்லை'.

இப்போது சுரேஷுக்கு ஏற்படும் புரிதல்தான், கற்றலின் அடுத்த நிலை. ஸ்டேஜ் 2. இதை 'கான்ஷியஸ் இன்காம்பிடென்ஸ்' (Concious Incompetence) பிரக்ஞைபூர்வ செயல் திறனின்மை என்பார்கள். தனக்குத் தெரியாது என்பதை உணர்ந்த நிலை.

சுரேஷ் உடனடியாக ஒரு கராத்தே பயிற்சி வகுப்பில் சேருகிறார். மாஸ்டர் சொல்லிக் கொடுப்பவற்றைச் செய்து பார்க்கிறார். சரியாக வரவில்லை. மாஸ்டர் திருத்துகிறார். மிக கவனமாகச் செய்யும் சுரேஷ், வலுவாகச் செய்யவில்லை; வேகமாகச்

செய்யவில்லை. ஆனால் முயன்று, மாஸ்டர் சொல்வதுபோலவே செய்கிறார். அவரால் மிக கவனமாகச் செய்ததால், மிகச் சரியான முறையில் செய்ய முடிகிறது. இது ஸ்டேஜ் 3. சுரேஷ் கவனமாகச் செய்ததால், சரியாகச் செய்யும் திறனைப் பெற்றுவிட்டார். இதன் பெயர் கான்ஷியஸ் காம்பிடென்ஸ் (Concious Competence) பிரக்ஞைபூர்வ செயல் திறன்.

அதன் பிறகு, சுரேஷ் தொடர்ந்து பயிற்சி வகுப்புகளுக்குப் போகிறார். சில ஸ்ட்ரோக்குகளை விரும்பி, அதிகம் பயிற்சி செய்கிறார். அவர் அவற்றைப் பல ஆண்டுகள் பழகுகிறார். அதனால், அந்த ஸ்ட்ரோக்குகளில் மிகச் சிறந்த திறனைப் பெற்றுவிடுகிறார்.

அந்த ஸ்ட்ரோக்கைப் பொறுத்தவரை, சுரேஷ் ஒரு மாஸ்டர். இனி அவரால் அதை மிக அதிகக் கவனம் செலுத்தாமலேயேகூட, எந்த இடத்திலும் அநாயாசமாகச் செய்யமுடியும். இதுதான், கற்றலில், திறன் பெறுதலில் உச்ச நிலை. ஸ்டேஜ் 4. இதை, அன்கான்ஷியஸ் காம்பிடென்ஸ் (Unconcious Competence) பிரக்ஞையற்ற செயல் திறன் என்பார்கள். தூக்கத்தில் எழுப்பிக் கேட்டால்கூட சொல்வார்கள் என்பார்களே, அப்படி.

கராத்தே போன்றவற்றில் மட்டுமில்லை. எல்லா வகைக் கற்றலிலும் இதுதான் நடக்கிறது. மொழியைக் கற்றுக்கொள்வது, வாகனங்கள் ஓட்டக் கற்றுக்கொள்வது போன்றவற்றில் எல்லாம், இந்த சுரேஷ் – குமார் கராத்தே எடுத்துக்காட்டைப் பொருத்திப் பாருங்கள். சுவாரசியமாக இருக்கும். சுலபமாக மனத்தில் பதியும்.

இந்த நான்காம் நிலைதான், டேசிட் நாலெட்ஜ். குயவர், பொற் கொல்லர், விளையாட்டு வீரர்கள், வெல்டர்கள், மிகச் சிறப்பாக பூ கட்டுபவர்கள், கோலம் போடுகிறவர்கள், சமையல் கலைஞர்கள் எல்லாம், இப்படிப் படிப்படியாகக் கற்றல் படி ஏறியவர்கள்தான்.

அன்கான்ஷியஸ் என்றால், 'பிரக்ஞையற்ற' என்று பொருள். நினைவாக இல்லாமலேயே ஒரு விஷயத்தைச் செய்ய முடிகிறது. உதாரணத்துக்கு, காதுக்கும் தோள்பட்டைக்கும் இடையே செல்போனை வைத்துப் பேசியபடியே, இரு சக்கர வாகனத்தில், மிகச்சரியாகப் பல சிக்னல்களையும் போக்குவரத்து நெரிசலையும் சமாளித்து, வீடு வந்து சேருகிறவர்கள்; வண்டியை ஸ்டாண்ட் போட்டுப் பூட்டிவிட்டு, வீட்டுக்குள் வரும்போதும் அதே

நபருடன் செல்போனில் பேசிக்கொண்டிருப்பார்கள் (இப்படிச் செய்து ஆபத்தானது).

வண்டி ஓட்டப் பழகிய புதிதில் இது சாத்தியமா? இல்லை. காரணம், அப்போது கவனம் செலுத்தினால்தான் சரியாகச் செய்ய முடியும் என்கிற மூன்றாம் நிலைதான். ஆனால், பல ஆண்டுகளாக ஓட்டி ஓட்டி, நினைவாக இல்லாமலேயே செய்யக்கூடிய அளவு திசுக்களுக்கே அந்தத் திறன் வந்துவிட்டது. அதுதான் டேசிட் நாலெட்ஜ்.

நினைவாக இல்லாமேலே செய்ய முடிகிறதே! இது ஒரு ஆச்சரியம்தானே. இதன்பின் இருக்கும் சூட்சுமம் என்ன?

20

உள்ளே தள்ளு...

பிரக்ஞைபூர்வ மனத்தைவிட ஆழ்மனது முப்பது ஆயிரம் மடங்கு வலிமையானது.

- யாரோ

தமிழகத்தில் மட்டுமல்ல, கேரளா மற்றும் பிற தென் மாநிலங் களிலும் கூட அந்தத் துணிக்கடை பிரபலம். 'இதிலென்ன இருக்கிறது. சாதாரண வெள்ளை வேட்டிதானே!' என்றுதான் எல்லோரும் நினைத்திருந்த நேரம், வேட்டியை மட்டுமே 'சிங்கிள் பிராடெக்ட்' ஆக வைத்து ஆரம்பித்து, பிரமாண்டமாக வளர்ந்து, இன்றைக்கு ஆண்டுக்கு ஆயிரம் கோடி ரூபாய் அளவு வியாபாரம் செய்யும் ஆச்சரியம் ராம்ராஜ் காட்டன் நிறுவனம்.

அதன் நிறுவனர் திரு நாகராஜ், பள்ளி இறுதிப்படிப்பில் தோல்வி அடைந்தவர். அதிகம் படிக்கவில்லை. வேறு கடைகளில் மொத்த விலைக்கு வாங்கிய துணிகளை சைக்கிளின் பின்புறம் வைத்து எடுத்துப் போய் சிறிய கடைகளில் கூடுதல் விலைக்கு விற்கும் மார்கெட்டிங் வேலை செய்தவர். அந்த நேரம் அவர் கற்றுக் கொண்ட வேலை, விற்பனை செய்வது மற்றும் மனிதர்களுடன் பேசுவது, பழகுவது, வியாபாரம் செய்வது.

இவற்றை எல்லாம் அவர் பார்த்துப் பார்த்து கவனமாகச் செய் திருப்பார். செய்தவற்றில் சில சரியாக வந்திருக்கும், வேறு சில

வழிமுறைகள் சரியாக வந்திருக்காது. அவர் எல்லாவற்றையுமே பாடமாக எடுத்துக்கொண்டிருப்பார். சரியாக வந்தவற்றை மனதில் பதிவு செய்துகொண்டிருந்திருப்பார். மற்றவற்றை வெட்டி எறிந்திருப்பார்.

நாட்கள் ஓடுகின்றன. 1983ல் அவர் சொந்த நிறுவனம் தொடங்குகிறார். இப்போது அவர் செய்யவேண்டியவை வெறும் 'மார்கெட்டிங்' அல்லது 'சேல்ஸ்' மட்டுமல்ல. பல வேலைகள் செய்யவேண்டும். சில புதியவை. வேறு சில ஏற்கனவே செய்தவை.

உற்பத்தி செய்வது, ஸ்டாக் வைப்பது, கடைக்கு இடம் தேர்வு செய்வது, ஆட்கள் எடுப்பது, வேலை வாங்குவது, விளம்பரம் செய்வது போன்றவை அவருக்குப் புதிய வேலைகள்.

விற்பனை செய்வது, பல்வேறுவிதமான மனிதர்களுடன் வியாபார நிமித்தம் பேசுவது போன்ற வேலைகள் அவர் ஏற்கனவே செய்து பழகியவை.

செய்து பழகியவற்றை அவர் அதிக சிரமமின்றி சிறப்பாக செய்திருப்பார். புதியவற்றைக் கவனமாகப் பிறர் ஆலோசனை பெற்றுச் செய்திருப்பார்.

மாதங்கள் ஓடுகின்றன. வியாபாரம் மேலும் பெருகியது. அவர் இப்போது பெரிய நிறுவனத்தின் முதலாளி. ஆரம்பத்தில் அவர் செய்த வேலைகளை அவர் இப்போது செய்வதில்லை. காரணம், அதெற்கெல்லாம் தகுந்த ஆள்கள் போட்டுவிட்டார். திரு நாகராஜ் அவர்களே நேரடியாகப் பார்த்த வேலைகள் பல இப்போது அவர் கவனத்துக்கு வராமலேயே நன்றாக நடக்கின்றன.

அவையெல்லாம் இன்றைக்கும் முக்கியமான வேலைகள்தான். ஆனால் நேரடியாக நுணுக்கமாகப் பார்ப்பதில்லை. காரணம் அவர் அவற்றைத் தக்க நபர்களிடம் பகிர்ந்துகொடுத்துவிட்டார். இதை 'டெலிகேஷன்' என்பார்கள். அவர் செய்வது வேறு முக்கிய வேலைகளை மட்டுமே.

எல்லாம் சரி. ராம்ராஜ் காட்டன் முதலாளிக்கும் 'எல்லோரும் வல்லவரே' க்கும் என்ன சம்பந்தம்?

சென்ற அத்தியாயத்தில் பார்த்த கற்றுக்கொள்ளுதலின் நான்கு நிலைகள் நினைவிருக்கலாம். அந்த நான்கு நிலைகளையும்

மேலே பார்த்த ராம்ராஜ் காட்டன் எடுத்துக்காட்டுடன் ஒப்பிட்டுப் பார்க்க முடியும்.

ஆனால் சொல்ல வருவது, அதற்கும் மேலே. வேறு ஒரு தகவல்.

நமது மூளையின் அமைப்புபற்றியெல்லாம் பல ஆராய்ச்சிகள் நடந்து வருகின்றன. மூளையின் வெவ்வேறு பகுதிகள், அவை செய்யும் வேலைகள் என்பன பற்றியெல்லாம் கேள்விப் பட்டிருக்கிறோம், படித்திருக்கிறோம்.

கற்றலின் நான்கு நிலைகள் பற்றி விளக்குவதற்காக மூளையை இரண்டு பகுதிகளாகப் பிரித்துக்கொள்ளலாம்.

ஒன்று மேலோட்டமாக இருக்கும் பகுதி. அடுத்தது ஆழத்தில் இருக்கும் பகுதி. இதைச் சிலர் 'கான்ஷியஸ் மைண்ட்' என்றும் 'சப் கான்ஷியஸ் மைண்ட்' என்றும் சொல்வார்கள்.

'கான்ஷியஸ்' என்றால் நாம் முன்பே பார்த்ததுதான். பிரக்ஞை பூர்வமாகச் செய்பவை.

'அன்கான்ஷியஸ்' என்றால் பிரக்ஞையில்லாமலேயே செய்ய முடிபவை. சாலையில் வண்டி ஓட்டும் போது செல்போன் பேசும் உதாரணத்தில் அதை நாம் 'அன்கான்ஷியஸ் காம்பிடென்ஸ்' என்றோம்.

அந்த 'அன்கான்ஷியஸ் காம்பிடென்ஸ்' வருவது அன்கான்ஷியஸ் மைண்டில் இருந்து என்று சொல்லலாம்.

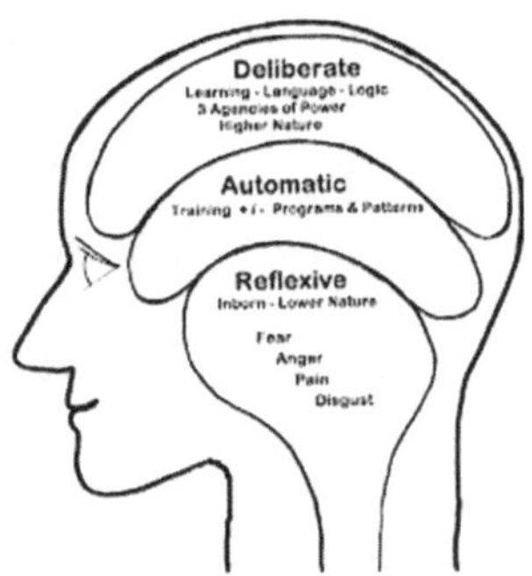

மேலே கொடுக்கப்பட்டிருக்கும் படம் ஒன்றில் நடுவில் 'ஆட்டோ மேட்டிக்' என்று குறிப்பிடப்பட்டிருக்கும் பகுதியை இந்த உதாரணத்துக்கு ஆழ்மனது என்று எடுத்துக்கொள்ளலாம்.

ஒரு விஷயத்தை முதல் சில முறைகள் செய்யும்போது அவை மனத்தின் (மூளையின்) மேற்பகுதியில் தான் பதிகிறது. இதை 'ஷார்ட் டெர்ம் மெமரி' என்றும் சொல்லலாம். கொஞ்ச நேரம் நினைவிருக்கும். பின்பு மறந்துவிடும். காரணம், அனைவருடைய மூளைக்கும் ஒவ்வொரு நொடியும் புதிய புதிய விஷயங்கள், தகவல்கள் வந்துகொண்டே இருக்கின்றன. அங்கே எண்ணங் களின் 'டிராபிக்' (Traffic) அதிகம். ஆனால் ஒரே விஷயத்தை மீண்டும் மீண்டும் படிக்க அல்லது செய்யும்போது அது மனத்தின் மேற்பரப்பில் இருந்து மெல்ல மெல்லக் கீழே இறங்குகிறது.

அதாவது 'ஷார்ட் டர்ம் மெமரி' யில் இருந்து 'லாங் டெர்ம் மெமரி' க்குப் போகிறது. 'கான்ஷியஸ் மைண்ட்'டில் இருந்து 'அன்கான்ஷியஸ் மைண்டு'க்கு நகர்த்தப்படுகிறது.

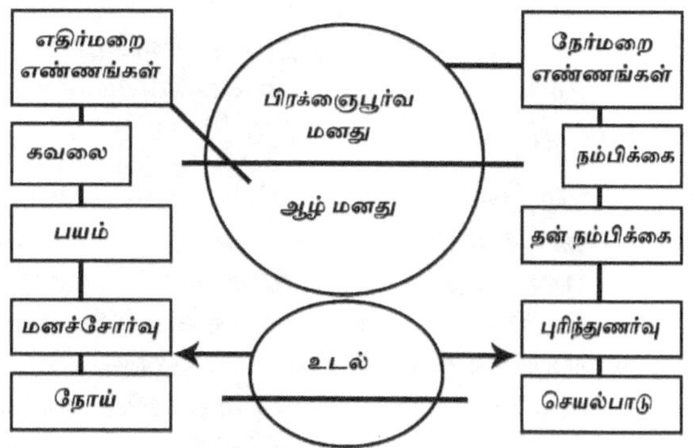

இதை மற்றொரு எடுத்துக்காட்டு மூலம் பார்க்கலாம். காலையில் பேப்பர்காரர் இரண்டு தமிழ் தினசரிகள், இரண்டு ஆங்கில பேப்பர் களைக் கொண்டு வந்து போட்டுவிட்டுப் போகிறார். வீட்டு வாசலில் கிடந்த அவற்றை அம்மா எடுத்து வந்து ஹாலில் வைக்கிறார்கள். நாம் படிக்கிறோம். அதில் வந்திருக்கிற ஒரு செய்தி நாம் ஒரு விழாவில் கலந்துகொண்டதுபற்றி. அதை மட்டும் கத்தரிக்கிறோம்.

அந்த முக்கிய செய்தியை வீட்டின் உள்ளே எடுத்துப்போய் பீரோவில் வைக்கிறோம். மீதி தினசரிகளை வெறுமனே படித்து விட்டுப் பழைய பேப்பராக விற்பதற்காக வீட்டுக்கு வெளியில் இருக்கும் கூடையில் போடுகிறோம். அதன்பின் அவற்றைப் பார்க்கப்போவதில்லை. அடுத்த நாள் மீண்டும் வேறு தினசரிகள்

இதேபோல வீட்டுக்கு உள்ளே வந்துவிட்டு வெளியே போய்விடும்.

இதுவும் ஒரு 'டிராபிக்' (Traffic) தான்.

ஹால் வரை இருப்பது 'ஷார்ட் டர்ம் மெமரி'. அதுதான் 'கான்ஷியஸ் மைண்ட்'ல் பதிவது. கத்தரித்து உள்ளே போய் வைப்பது, மேற்பரப்பில் இருந்து 'சப் கான்ஷியஸ் மைண்டு'க்கு அதாவது, 'லாங்க் டெர்ம் மெமரி'க்குத் தள்ளுவது போன்றது.

ராம்ராஜ் காட்டன் முதலாளிபற்றிய எடுத்துக்காட்டிலும் நிகழ்ந் திருக்கக் கூடியது அதுதான். பிரக்ஞைபூர்வமாகச் செய்ததை, பின்னால் அதிக முயற்சி மற்றும் கவனம் இல்லாமலேயே செய்ய முடிவதற்கான காரணம், அந்தச் செயல், 'கான்ஷியஸ் மைண்ட்'டில் இருந்து 'அன்கான்ஷியஸ் மைண்ட்'டுக்குப் போய் விட்டிருக்கும். ஒரு விஷயம் அன்கான்ஷியஸ் மைண்டுக்குப் போய்விட்டால், அதிக முயற்சி மற்றும் கவனம் இல்லாமலேயே அதைச் செய்ய முடியும். செல்போன் பேசிக்கொண்டே வண்டி ஓட்ட முடிவதும் இதனால்தான்.

அடிக்கடி செய்யும் வேலைகள், கேட்கும் பாடல்கள், எல்லாம் போய்ச் சேர்வது ஆழ்மனத்துக்கு. அங்கு போய்விட்டவை எல்லாம் ஸ்பெஷல். அவற்றை நினைவுக்குக் கொண்டுவருவதும் செய்வதும் மிகவும் எளிது. அவற்றைச் செய்ய 'கான்ஷியஸ் மைண்ட்'டின் அனுமதி தேவையில்லை. தூக்கத்தில் கேட்டால் கூடச் சொல்ல முடியும் என்று சில நேரங்களில் சொல்வோமே அது இதுதான். சிலர் (ஆழ் மனத்துக்குப் போய்விட்ட) காதலியின் பெயரை, பிரக்ஞையில்லாமல் தூக்கத்தில் உளறுவார்கள்.

மொத்தத்தில் சொல்ல வருவதென்ன? நல்லதோ கெட்டதோ... பழகிவிட்டால் அதைச் செய்வது சுலபம். பெரிதோ, சிறிதோ கூடுதல் முயற்சி எடுத்தால் அதைச் செய்ய முடியும். எதையும் செய்ய முடியும்.

ஐன்ஸ்டைன் சொன்னதை இங்கே நினைவுபடுத்திப் பார்க்கலாம். நான் யாரைக் காட்டிலும் அதிக புத்திசாலியில்லை. ஆனால் எடுத்துக்கொண்டதைப்பற்றி அதிக நேரம் சிந்திக்கிறேன்.

அதிக நேரம் சிந்திப்பது என்பது பிரக்ஞைபூர்வ மனத்தில் இருந்து ஆழ் மனத்துக்கு மெல்ல உள்ளே தள்ளுவது.

21

எல்லாம் முக்கியமல்ல...

மேதைமை என்பது ஒரு சதவிகிதம் திறமை... 99% கடின உழைப்பு!

- ஆல்பர்ட் ஐன்ஸ்டைன்

பில் கிளிண்டன் மாணவராக இருந்த நேரம். அவரது பெற்றோர் அவரை அமெரிக்க அதிபரின் வெள்ளை மாளிகையைச் சுற்றிப் பார்க்க அழைத்துப்போகிறார்கள். மாளிகையைச் சுற்றிப்பார்த்து விட்டு மற்ற பார்வையாளர்களுடன் சேர்ந்து வெளியே வரும் நேரம். சிறுவன் கிளிண்டன் மனத்தில் மாளிகையின் அமைப்பு, பிருமாண்டம், அதன் வசதிகள் குறித்தெல்லாம் வியப்பு. அவனது பெற்றோரிடம் கேட்கிறான், 'ஒருவருக்கு ஏன் இவ்வளவு பெரிய வசிப்பிடம்!'

'அவர் அமெரிக்க அதிபர் அல்லவா...' இதுபோல நடந்திருக்கிறது அந்த உரையாடல்.

அதைக்கேட்டு அதிசயித்த சிறுவன் கிளிண்டன், 'நான் அடுத்த முறை இந்த மாளிகைக்கு அமெரிக்காவின் அதிபராகத்தான் வருவேன்' என்று சொல்லியிருக்கிறான்.

பின்னால் நடந்தது எல்லோரும் அறிந்ததே. 1993-ல் அமெரிக்காவின் 42 வது அதிபராக பில் கிளிண்டன் தேர்வு செய்யப்பட்டார். மீண்டும் ஒருமுறை என 2001வரை அவர்தான்

அதிபராக வெள்ளை மாளிகையில் இருந்து அமெரிக்காவை எட்டு ஆண்டுகள் ஆண்டார்.

★

விக்ரமன் என்ற மாணவர் அவருடைய பள்ளி ஏற்பாடு செய்த மோட்டிவேஷன் நிகழ்ச்சி ஒன்றில் காதில் வாங்கிய செய்தி இது. பில் கிளிண்டன் பற்றிய அந்தச் செய்தியை அன்றைய கூட்டத்தில் சொன்னவர், ஐ.பி.எஸ் விஜயகுமார் அவர்கள்.

கூட்டத்தில் பேசி முடித்துவிட்டு, விஜயகுமார் வெளியே வருகிறார். அப்போது அவரைச் சந்தித்த மாணவன் விக்ரமன், 'நான் உங்களை அடுத்தமுறை ஒரு ஐ.பி.எஸ். ஆகத்தான் சந்திப்பேன்' என்று சொல்லியிருக்கிறார்.

பில் கிளிண்டன் எடுத்துக்காட்டு அவ்வளவு தூரம் மாணவர் விக்ரமன் மனதில் தாக்கம் ஏற்படுத்தியிருக்கிறது.

விக்ரமன், அதுவரை பள்ளித் தேர்வுகளில் சுமாரான மதிப்பெண்களே பெற்றுக்கொண்டிருந்த ஒரு மாணவர்.
★

சில ஆண்டுகளுக்குப் பிறகு முசவுரி என்ற இடத்தில் ஐ.பி.எஸ தேர்ச்சி பெற்றவர்களுக்குப் பயிற்சி வகுப்புகள் நடக்கின்றன. சீனியர் சிவில் சர்வீஸ் அதிகாரிகள் வகுப்புகள் எடுக்கிறார்கள். ஐ.பி.எஸ். அதிகாரி விஜயகுமாரும் ஒரு வகுப்பு எடுக்கிறார். இடைவேளையில் அவரை ஒரு மாணவர் சந்திக்கிறார். அவர்...

ஆமாம், அவர் நாம் முன்பு பார்த்த அதே விக்ரமன்தான்.

சாதாரண மதிப்பெண்கள் எடுத்துக்கொண்டிருந்த சராசரி மாணவன் விக்ரமன் ஐ.பி.எஸ் ஆகிவிட்டிருந்தார். அது எப்படி சாத்தியமானது?

சுலபமாக இல்லைதான். ஐ.பி.எஸ் தேர்வில் இரு முறை தோல்வி. மூன்றாவதாக இன்னொரு முறை முயற்சி செய்யலாம் என்று முடிவெடுக்கிறார். ஆனால், அவரைச் சுற்றி இருந்தவர்கள் சொல் கிறார்கள், 'உன்னால்தான் முடியவில்லையே. விட்டுவிடேன்'

அதன்பின் விக்ரமன் செய்தது என்ன தெரியுமா?

அதுதான் ஐன்ஸ்டைன் சொன்னது. இந்தத் தொடரில் வெவ்வேறு எடுத்துக்காட்டுகளுடன் நான் மீண்டும் மீண்டும் அழுத்தமாகத்

தெரிவிப்பது. ஒரே விஷயத்தை ஆழமாகத் தொடர்ந்து சிந்தியுங்கள். அது மட்டுமே முக்கியம் என்று அதன் மீது முழுக் கவனம் செலுத்துங்கள். அது கைகூடும்வரை அதையே செய்யுங்கள்.

விக்ரமன் சொன்ன வார்த்தைகளிலேயே சொல்லுவதென்றால், 'நான் வனவாசம் கொண்டேன்'. முடித்தேன். வனவாசம் என்றால், நாட்டைவிட்டுவிட்டுக் காட்டுக்குப் போவது. விக்ரமன் செய்தது, ஆறு மாதம் மற்ற எல்லாவற்றையும் தள்ளி வைத்து விட்டு, 'ஐ.பி.எஸ்ல் தேறுவதுமட்டும்தான் இப்போதைக்கு' என்று முடிவு செய்து, ஒற்றை நோக்கோடு இருந்ததுதான்.

பிறகு! எல்லாம் முக்கியமென்றால் எதுவும் முக்கியம் இல்லை என்றுதானே அர்த்தம் ஆகிறது! முன்பு பார்த்த முனைவர் பட்டத்துக்கு விடுப்பு எடுத்துக்கொண்டு ஒரே அமர்வாக (சிட்டிங்) வீட்டில் இருந்து தொடர்ந்து அதையே சிந்தித்து முடித்தவர் நினைவிருக்கலாம். அதே போலத்தான் செய்திருக்கிறார் விக்ரமன்.

★

நாம் திரையரங்குக்குப் படம் பார்க்கப் போகிறோம். சற்று முன்ன தாகவே போய்விட்டோம். படம் போடப்படுவதற்கு முன்பே அரங்குக்குள் போய், நமது இருக்கையைக் கண்டுபிடித்து அமர்ந்து விடுகிறோம். விளம்பரப்படங்கள், அறிவிப்புகள் டிரெயிலர்கள் எல்லாம் போகின்றன. பார்த்துக்கொண்டிருக்கிறோம். நமக்குப் பக்கத்தில் மூன்று இருக்கைகள் காலியாக இருக்கின்றன.

திரைப்படம் தொடங்குகிறது. பெயர்கள் திரையில் ஓடிக்கொண்டிருக்கின்றன. அப்போது மூன்று பேர் வருகிறார்கள். அவர்கள் வருவது நமக்குப் பக்கத்தில் இருக்கும் அந்த மூன்று காலி இருக்கைகளுக்குத்தான். நம்மைத் தாண்டிப் போகையில் நம் காலை மிதிக்கிறார்கள். நமக்குக் கோபம் வருகிறது.

அவர்கள் ஏன் மிதித்தார்கள்? வேண்டும் என்றா? அவர்களுக்குத் நமது கால்கள் இருக்குமிடம் தெரியவில்லை. இருட்டு. அதனால் தான் மிதித்திருக்கிறார்கள். ஆனால், அதே திரையரங்கில் அதே வரிசையில் இருக்கும் நமக்குக் கண் தெரிகிறதே! நமக்குத் தெரியும். ஆனால் அவர்களுக்குத் தெரியாது. காரணம், நாம் கொஞ்சம் நேரம் உள்ளேயே இருந்தால் அந்த இருட்டுக்குப்

பழகிவிட்டோம். அவர்கள், வெளியில், வெளிச்சத்தில் இருந்து உள்ளே வந்திருக்கிறார்கள். அவர்களுடைய கண்கள் இன்னும் அந்த அளவு இருட்டில் பார்ப்பதற்கு அந்த நேரம்வரைப் பழகவில்லை. அதனால்தான் அவர்களுக்குத் தெரியவில்லை.

திரையரங்க இருட்டுபோலதான் இன்ன பிறவும். பழகாததில், தெரிந்துகொள்ளாததில் அனுபவப்படாததில் எல்லாம் மனிதர்கள் வேறுபடுகிறார்கள். பழகியது நன்கு தெரியும்.

★

ஒருவர் அதுவரை மோட்டார் சைக்கிள் மட்டுமே வைத்திருந்தவர். கார் வாங்கவில்லை. அலுவலகம் ஏற்பாடு செய்து வங்கிக் கடன் கிடைக்கிறது. கார் வாங்க முடிவு செய்கிறார். பலரிடமும் விசாரிக் கிறார். கார் மாடல்கள், செக்மெண்ட், மைலேஜ், சர்வீஸ், ஸ்பேர்கள் போன்ற பல விஷயங்கள் அவருக்குப் புதிதாக இருக்கின்றன. அவர் பல முறை காரில் போயிருக்கிறார். சாலைகளில் கார்களைப் பார்த்திருக்கிறார். ஆனாலும் அப்போ தெல்லாம் தெரிந்திராத விஷயங்கள், இப்போது அவருக்குத் தெரியவருகின்றன. அவர் கவனம் கொள்கிறார்.

அவையெல்லாம் முன்பே இருந்தவைதான். பலரும் அவரிடம் அவை பற்றிப் பேசிக்கூட இருக்கலாம். ஆனால் அப்போ தெல்லாம் புரியாதது, மனதில் சரியாக வாங்கப்படாதது, இப்போது புரிகிறது. காரணம் என்ன? கார் வாங்கப் போகிறோம் என்று முடிவானதும், அதற்காகவே மனது ஃபைல் (கோப்பு) ஒன்றைத் திறக்கும். அதன்பின் கிடைக்கும் விவரங்களை எல்லாம் அந்த ஃபைலில் போட்டு வைக்கும். அதைப்பற்றிய சிந்தனை அதிகரிக்கும். அதனால்தான் அந்த விஷயம் புரிய ஆரம்பிக்கிறது.

பயிலரங்குகள், கல்லூரிகளில் கேட்பேன், 'நான் வரும் தொலைக் காட்சி நிகழ்ச்சிகளைப் பார்த்திருக்கிறீர்களா? என் கட்டுரைகளை, தொடர்களை பத்திரிகைகளில் பார்த்திருக்கிறீர்களா?' என்று.

'இல்லை' என்பார்கள். ஆனால், நிச்சயம் பார்த்திருப்பார்கள். ஆனால் பார்த்த நேரம் அது நான்தான் என்று அவர்களுக்குத் தெரியாது. அப்போது அவர்களுக்கு நான் அறிமுகம் ஆகியிருக்க வில்லை. அதனால் எவரோ பேசுகிறார் என்றுதான் பார்த்திருப் பார்கள். அந்தப் பயிற்சிக்குபின் என்றாவது தொலைகாட்சியிலோ பத்திரிகைகளிலோ என் பெயர் அல்லது புகைப்படம் பார்த்தால், ஒரு சில நொடிகளே கவனித்தாலும் போதும் சுலபமாக, அது

நான்தான் என்று அடையாளம் காண்பார்கள். அறிமுகம் ஆகிவிட்டிருப்பதால், பார்ப்பதை மனது தொடர்புபடுத்திக் கொண்டு புரிந்துகொள்ளும்.

இதுதான், தெரிந்ததுதான் தெரியும் என்பது. இதுபற்றி விரிவாக 'உஷார் உள்ளே பார்' என்ற மனம் பற்றிய புத்தகத்தில் எழுதியிருக் கிறேன். கண்கள் பார்க்கும்தான். ஆனால் அதற்குத் தெரிந்த வற்றை மட்டுமே அதனால் புரிந்துகொள்ள, உணர முடியும்.

எவற்றுக்கெல்லாம் மனது ஃபைல்கள் வைத்திருக்கிறதோ (அறிமுகம் இருக்கிறதோ. அல்லது முக்கியம் என்று நினைத்து அப்போது ஃபைல் திறக்கிறதோ) அவை புரியும். அதன்பின் கிடைக்கும் அது தொடர்பான விவரங்களை எல்லாம் அந்த ஃபைலில் போட்டு வைக்கும். அதைப்பற்றிய சிந்தனை மனதில் அதிகரிக்கும். அதனால் அது கூடுதலாகக் கவனம் பெறும். புரிய ஆரம்பிக்கும்.

ஆக, கவனம் பெறுவது புரிய ஆரம்பிக்கும். கவனம் பெறுவது மட்டுமே புரியும். கவனம். ஒன்றின் மீது கவனம்.

கவனம் என்றால் தீவிரமாகக் குவிக்கப்பட்ட ஆற்றல்.

22

கூர்மைப்படுத்து

மேதமை என்பது வேறு எதுவும் இல்லை; அன்றாடச்
சிந்தனைகளைத்தொடர்ந்து செழுமைப்படுத்துதலே.

- ஆல்பர்ட் ஐன்ஸ்டீன்

கீழே கொடுக்கப்பட்டுள்ள படங்களை பாருங்கள். இவை
என்னவென்று தெரிகிறதா?

சில மனிதர்களின் உருவங்கள். படங்கள் எப்படி இருக்கின்றன?
உருவங்கள் நேர்த்தியாக இருக்கின்றன அல்லவா? இவற்றை
வரைந்தவரின் திறமை பற்றி என்ன நினைக்கிறீர்கள்?

படங்கள் நன்றாகத்தான் இருக்கின்றன. ஆனால், குறிப்பிட்டுச்
சொல்லும்படி இந்தப் படங்களில் அப்படி என்ன இருக்கிறது
என்கிற சந்தேகம் வருகிறதா? அது நியாயம்தான். 'சித்திரம்' என்று
பார்த்தால் 'ஓரளவு நன்றாக இருக்கிறது' என்று சொல்லலாம்.

அவ்வளவுதான். ஆனால்... இவை எங்கே வரையப்பட்டிருக் கின்றன என்கிற விவரம் தெரியவந்தால் இவற்றின் சிறப்பு புலப்படும். அவை ஒவ்வொன்றும் ஒரு அரிசியில் வரையப் பட்டவை! நம்ப முடிகிறதா?

இந்தப் படங்கள் தெரிவிக்கும் விவரம் என்ன?

அவ்வளவு சிறிய அரிசிக்குள் இவ்வளவு விவரங்களுடன் படம் வரைய முடியும். சிலருக்குச் சாத்தியமாகிறது. இதேபோல சின்னஞ்சிறிய 'சாக்பீஸ்'களில் சிலர் உருவங்கள் செதுக்கு வார்கள்.

இந்தக் குட்டி சிற்பங்கள் தெரிவிப்பதும் அதையேதான். எவ்வளவு சிறிதாகவும் வரைய முடியும். எவ்வளவு சிறிதாகவும் செதுக்க முடியும்.

அது சரி. அப்படி வரைய, செதுக்க என்னவெல்லாம் தேவைப் படும். எவை இருந்தால் இவை சாத்தியமாகும்? அதுதான் நமக்கு இங்கே முக்கியம். அதற்காகத்தான் இந்த எடுத்துக்காட்டுகள்.

படம் வரையும் திறன், சிற்பம் செதுக்கும் திறன் ஆகியவை தவிர, அந்த வேலைகளைச் செய்யத் தோதான மிக நுண்ணிய பிரஷ், மிக நுண்ணிய ஊசி ஆகியவை தேவை. பிரஷ் அல்லது ஊசியின் முனை நூலாம்படை போல மெலிதாக இருக்கவேண்டும். அதே சமயம், மிக உறுதியானவையாகவும் இருக்கவேண்டும்.

இப்படிப்பட்ட சின்னஞ் சிறு வேலைகள் செய்வது பற்றி விவாதிக்கும் நேரம், முன்பு பார்த்த 'எறும்புத் தோலை உரித்துப் பார்க்க யானை வந்ததடா' விளக்கம் நினைவுக்கு வரலாம். இப்படிப் படங்கள் வரைவதும், சிற்பங்கள் செதுக்குவதும் கூட எறும்புத் தோலை உரித்துப் பார்ப்பது போன்ற வேலைதான்.

கூர்மையான கருவி இருந்தால் இவ்வளவு அரிதான வேலையைக் கூடச் செய்யலாம் என்பது போலவே, அறிவுக்கூர்மை இருந்தால் எந்த விஷயத்தையும் புரிந்துகொள்ள முடியும். அதிக நேரம்

செலவு செய்தால் எல்லாராலும் அறிவைக் கூர்மைப்படுத்தி கொள்ள முடியும் அதன் மூலம் புரிந்துகொள்ளவும் முடியும்.

எனக்கு மிகவும் வேண்டியவர் மேற்படிப்புக்காக அயல் நாட்டுக்குப் போனார். பாடத்திட்டங்களின் ஒரு பகுதியாக அவர் பிராஜெக்ட்டுகள் செய்யவேண்டும். செய்தவற்றை ஏனைய மாணவர்கள் முன்னிலையில், வகுப்பில் எடுத்துப் பேசி, பேராசிரியரிடம் சமர்பிக்க வேண்டும்.

அந்த மாணவர் பிராஜெக்ட்களை மிகுந்த அக்கறையுடன் செய்வார். எடுத்துப் பேசுவார். மாணவர்களின் வேலையும் 'பிரசென்டேஷன்' னும் எப்படி இருந்தது என்பது பற்றிப் பேராசிரியர் அவ்வப்போதே வகுப்பில் அவரது கருத்தைச் சொல்லுவார். அதில் பாராட்டுகளும் இருக்கும். கண்டனங்களும் இருக்கும்.

ஒவ்வொருமுறையும் வகுப்பு முடிந்து அறைக்குத் திரும்பியதும், பேராசிரியர் சொன்னவற்றைத் தொலைபேசி மூலம் அந்த மாணவர் என்னிடம் விவரமாகத் தெரிவிப்பார்.

பாராட்டுகள் கிடைக்கும் நாள்கள் அவர் சொல்லும் விவரங் களுக்கும், மேன்மை செய்ய வேண்டியவை குறித்து Areas for improvement அதிகம் சொல்லப்பட்ட நாள்களில் அவர் என்னிடம் பகிர்ந்துகொள்ளும் விவரங்களின் அளவுகளுக்கும் இடையே கணிசமான வேறுபாடு இருப்பதை உணர்ந்தேன். அதை அவரிடம் சுட்டிக்காட்டிக் காரணம் கேட்டேன்.

Areas for improvement குறித்துச் சொல்லப்பட்ட விவரங்களை அவரால் சொல்ல முடியவில்லை. காரணம் அவர் அவற்றைக் குறித்துக்கொள்ளவில்லை. நினைவாகக் கேட்டுக் கொள்ளவும் இல்லை. முதல் அடி விழுந்ததுமே சோர்ந்துபோய் விட்டிருக்கிறார்.

அதன்பின் நான் அவருக்குச் சொன்ன ஆலோசனை, 'பேராசிரியர் சொல்வது அனைத்தையும் கவனமாகக் குறிப்பெடுத்துக் கொள். அவர் சொல்லும் நேரம் மகிழ்வதோ வருத்தப்படுவதோ வேண்டாம். பாராட்டோ கண்டனமோ, தகவல்கள் எதையும் தவறவிடாதே. ஒன்றுவிடாமல் குறித்துக்கொள்.'

'குறித்துக்கொண்டு...?'

'பின்னால் அமைதியாக அவற்றைப் படித்துப்பார். ஒரு முறை அல்ல. பல முறை. அன்று மட்டுமல்ல. பின்னர் ஓரிரு மாதங்கள் கழித்தும்.'

'என்ன காரணம்?'

'முதல் முறையே, ஒரே முறையே எல்லாம் புரிந்துவிடாது.'

★

ஒரே நாவல்தான். அல்லது ஒரே திரைப்படம்தான். வெவ்வேறு நேரம் படிக்கையில், பார்க்கையில் வெவ்வேறு விஷயங்கள் தெரிய வரும், புரியும்.

அதெப்படி, ஒரே நாவல், அதே பக்கங்கள் அதே எழுத்துகள் வெவ்வேறு சமயத்தில், வாசிப்பில் வெவ்வேறு அனுபவங்கள் கொடுக்க முடியும்? அப்படிக் கொடுக்கிறது என்றால், அந்த வேறுபாடு நாவலில் இல்லை. படிப்பவரிடம், திரைப்படம் பார்ப்பவரிடம்தான் இருக்கிறது என்றுதானே பொருள்?

அதை விவேகானந்தர் சொன்னார் என்று முன்பே பார்த்தோம். 'உலகின் மிகப் பெரிய நூற்களஞ்சியம் மனத்துக்குள் இருக்கிறது. புற உலகம் ஒரு தூண்டுதல் மட்டுமே. அறியாமை என்ற திரையை விலக்குவதுதான் அறிவு பெறுவது' என்று சொன்னதாகப் பார்த்தோமே. எதுவாக இருக்கட்டுமே கண்டுபிடிக்க முடியாதா, புரிந்துகொள்ள முடியாதா என்ன? என்ன கொஞ்சம் கவனமாக, கூர்மையாக அதே சிந்தனையாக இருந்தால், அடிக்க அடிக்கச் சுவரில் ஆணி இறங்குவது போல, எவருக்கும் தகவல்கள் உள்ளே இறங்கும்.

சிந்தனை என்பது பாப்கார்ன் கொறிப்பது போன்றதல்ல; முரட்டுக் கேரட்டைக் கடித்து மெல்லுவது போன்றது. நன்கு மென்று, சாற்றை விழுங்கவேண்டும்.

★

முதல் ஆங்கிலப் புத்தகத்தின் பின் அட்டையில் போடுவதற்காக அதிகப் பணம் செலவு செய்து பெரிய ஸ்டுடியோவில் எடுத்த என்னுடைய புகைப்படம் ஒன்றை நண்பர் கேசவன் என்பவரிடம் காட்டினேன்.

படம் நன்றாக இருக்கிறது என்றவர், கவனித்துவிட்டுச் சொன்னார், 'நல்ல சட்டை, நல்ல டை, நல்ல கோட். எல்லாம்

சரி.. ஏன் இப்படி ஒரு பேனாவைப் போய் கோட்டுப்பையில் வைத்திருக்கிறீர்கள்!'

பேனாவில் என்ன என்று அப்போதுதான் நானும் அதைத் தனியாக ஊன்றிப் பார்த்தேன். 'அட! ஆமாம், அது ஒரு சாதாரண ஐந்து ரூபாய் பிளாஸ்டிக் பேனா!!'

அந்த அற்புதமான கருப்பு வெள்ளை படத்தில், திருஷ்டிப் பரிகாரம் போல, வெகு சுமாரான பேனா. எந்தச் சட்டை, எந்தக் கழுத்துப் பட்டை, எந்த கோட் என்றெல்லாம் சிந்தித்துத் தேர்வு செய்து எடுத்துப்போய்ப் போட்டு புகைப்படம் எடுத்த நான் எப்படி பேனாவில் கவனம் செலுத்தாமல் போனேன்! உண்மையில் நண்பர் கேசவன் எடுத்துச் சொல்லும்வரை, என்ன மாதிரி பேனாக்களை சட்டைப் பைகளில் வைத்துக்கொள்கிறேன் என்கிற கவனம் என்னிடம் வந்ததே இல்லை. அதனால்தான் அந்தத் தவறு, அந்த முக்கிய புகைப்படத்தில் நேர்ந்திருக்கிறது.

பேனாவை எடுத்து வைத்துக்கொள்கிறேன். போட்டோ எடுத்துக் கொள்கிறேன். போட்டோவைப் பார்க்கிறேன். பேனாவும் கண்ணில் படுகிறது. ஆனால் அதைப்பற்றிய புரிதல் அதுவரை வந்ததே இல்லை. அதன்மீது அதுவரைத் தனிப்பட கவனம் செலுத்தியதில்லை.

ஆக, அறிவு இருக்கிறது. அறியும் திறன் இருக்கிறது. ஆனால் கவனம் பெற்றுக் கூர் செய்தால்தான் அது பயன்படுகிறது. கூர் செய்தல் என்பது, ஒரு விஷயத்தில் பரிச்சயம் ஏற்படுவது முதல் பாண்டித்தியம் அடையும் வரையிலான பயணம். இதில் ஆரம்ப அத்தியாயங்களில் பார்த்த கழிப்பறை கட்டுதல், இசை, சமையல், நகைச்சுவை, வண்ணங்கள், ரசிப்புத்தன்மை, பொதுக்கூட்டங்கள் போடுதல் போன்ற எல்லாமே அடங்கும்.

மொத்தத்தில் பெரிதில் இருந்து சிறியது நோக்கிப் போகும் பயணம். விறகு, நிலக்கரி, மண்ணெண்ணெய், கேஸ், 'மைக்ரோவேவ் அவன்' என்பது போல் அடிவாரத்தில் இருந்து உச்சி நோக்கிப் போகும் மலை ஏற்றம்.

அதனால், உள்ளே போ. உனக்குள் பார். வெளியே நின்று பராக்கு மட்டும் பார்த்துக் கொண்டிருக்காதே! சின்ன விஷயங்களைக் கூடப் புரிந்து கொள்ளும் அளவு நுண்ணிய பார்வை, நுட்பமான பார்வை உருவாக்கிக்கொள். அதுதான் ஆயுதம், அதுதான் கருவி.

அதுதான் அதிக நேரம் சிந்திப்பதால், நேரம் செலவு செய்வதால் வரும் பலன்.

விவரமாக, ஆழமாக, நுட்பமாகப் பார்.

குறிப்பிட்ட வழித்தடத்தில் அதிக தூரம் போவதுதான் தேடல். அப்படிப் போகிறவர்கள் மற்றவர்கள் பார்க்காததை எல்லாம் பார்ப்பார்கள். கொண்டுவந்து காட்டுவார்கள். வெளி உலகில் கொட்டுவார்கள். ஜின்ஸ்டைன், எடிசன், கார்ல் மார்க்ஸ், காந்தி, பெரியார், விவேகானந்தர், ஏ.கே ராமானுஜன், சிவாஜி கணேசன், கண்ணதாசன், ஜே.கிருஷ்ணமூர்த்தி போன்றவர்கள் எல்லாம் பல்வேறு துறைகளில் செய்தது அவற்றைத்தான்.

எவரும் செய்யலாம் இப்படிப்பட்ட தேடல்.

23

எல்லோரும் வல்லவரே

பூமியில் பிறந்த அனைவருமே மேதைகளே. ஆனால்,
ஒரு மீனை அதற்கு மரம் ஏறத் தெரிந்திருக்கிறதா என்ற
அடிப்படையில் மதிப்பிட்டால் அது வாழ்நாள் முழுவதும்
முட்டாளாகவே உங்களுக்குத் தெரியும்.

- ஆல்பர்ட் ஜன்ஸ்டீன்

இந்த உலகத்திலேயே மிக அடர்த்தியான, அதிகம் பயணம்
செய்ய வேண்டிய, அதிகம் பேர் பார்த்திராத, எல்லோருக்கும்
வாய்ப்பிருக்கும், எத்தனையோ பொக்கிஷங்களைத் தன்னிடம்
வைத்திருக்கும் இடம், அவரவர் மூளை.

சின்ன விஷயங்களைக் கூடப் புரிந்து கொள்ளும் அளவு நுண்ணிய
பார்வை நுட்பமான பார்வை உருவாக்கிக் கொள்ள வேண்டும்.
காரணம், அதுதான் ஆயுதம், அதுதான் கருவி, அதுதான் அதிக
நேரம் சிந்திப்பதால் கிடைக்கும் பலன்.

மூளை எப்படி இருக்கிறது, அதன் திறன் என்ன என்று எப்படி
விளக்கிச் சொல்லலாம்? சரி.. இப்படிக் கற்பனை செய்து
கொள்வோம்.

எலெக்ட்ரானிக் பொருட்கள் வாங்கினால் அவற்றைச் சுற்றி ஒரு
வித்தியாசமான பிளாஸ்டிக் பேப்பர் இருக்குமல்லவா. அந்த

பேப்பரில் சின்ன சின்ன முட்டைகள்போல காற்று நிரம்பிய குமிழ்கள் இருக்குமே. அதன் காரணமாகத்தானே அந்தத் தாள், 'மெத்மெத்' என்று மென்மையாக இருக்கும். சிலர் வேடிக்கைக் காக அந்த முட்டைகளை விரல்களால் நசுக்குவார்களே. அவை வெடித்து அதிலிருந்து காற்று வெளியேறுமே. அப்படிப்பட்ட பேக்கிங் பேப்பர் ஒன்றைக் கற்பனை செய்துகொள்ளுங்கள். அதை 'பபிள் ராப்' (Bubble wrap) என்று அழைப்பார்கள்.

அப்படிப்பட்ட ஒரு மிகப் பெரிய தாள் ஒரு பெரிய இடத்தில் விரிக்கப்பட்டிருக்கிறது. மிகப் பெரியது என்றால், அந்தத் தாளின் மொத்தப் பரப்பளவு ஒரு மிகப் பெரிய விளையாட்டு மைதானம் அளவு இருக்கும். அதன் சுற்றளவு மட்டுமே இரண்டு கிலோ மீட்டர் அளவு என்று கற்பனை செய்துகொள்வோம். அவ்வளவு பெரிய 'பபிள் ராப்' தாள். வட்டமான பெரிய மெல்லிய தாள். அந்தத் தாள் முழுவதும் நெருக்கமாகச் சின்ன சின்ன முட்டைகள்.

அந்த முட்டைகளில் என்ன இருக்கும்? இந்தத் தாளில் காற்று இருக்காது. அதற்குப் பதிலாக ஒவ்வொரு முட்டையிலும் அறிவு, திறன், என்பன போல இன்னும் பலவும் அடைத்து வைக்கப் பட்டிருக்கும். ஒரு ஆண்டிராய்ட் மொபைல் போனில் இருக்கும் மிகத் திறமையான 'ஆப்பரேட்டிங் சிஸ்டம்' போல பல திறன்கள் சிறிய அளவுகளில் உள்ளே வைக்கப்பட்டிருக்கும்.

நாம் இப்போது கற்பனை செய்துகொண்டிருக்கும் இந்தத் தாள் மிக மிக மெல்லியது. சில மைக்ரான் அளவே பருமன் உள்ளது. அதாவது ஒரு பட்டர் பேப்பரைக் காட்டிலும் பல மடங்கு மெல்லியது. இந்தத் தாளை இறைவன் (அல்லது இயற்கை) அவனுடைய அல்லது அதன் இரண்டு ராட்சத கைளால் அப்படியே வாரி, சேர்த்துத் தூக்கி, கைகளை நெருக்கி, ஒரு கொழுக்கட்டை பிடிப்பது போல அழுக்கி, ஒரு உருண்டையாகப் பிடித்து மனிதர்களின் தலைக்குள் வைத்துவிட்டான்!

ஆமாம், ஒவ்வொருவர் தலையிலும் ஒன்று.

தன்னுள் இருக்கும் கோடிக்கணக்கான சிறு முட்டைகள் ஒவ்வொன்றிலும், பல்வேறு திறன்களைக் கொண்டிருக்கும், அடர்த்தியாக உருட்டப்பட்ட, மிக மெல்லிய பபிள் ரேப் போன்ற மைதானம் அளவு பெரிய பேப்பர் போன்றது மனித மூளை என்பது எனது கற்பனை. அப்படிக் கற்பனை செய்யக் காரணம், மனித மூளைக்குள் இருக்கும் நியூரான்களின் எண்ணிக்கை சுமார் பல கோடி என்கிறார்கள் ஆராய்ச்சியாளர்கள்.

இப்படிச் செய்தால் எந்த அளவு விவரங்களும் திறனும் ஒருவர் தலைக்குள் இருக்க முடியும். அந்த அளவு அடுக்குகளும், அதில் திசுக்களும், ஒவ்வொரு திசுவிலும் விவரங்களும், அவற்றுக்கு ஒன்றோடு ஒன்று தொடர்புகொள்ளும் ஆற்றல்மிகு 'நெட் ஒர்க்' க்கும் ஒவ்வொருவர் தலைக்குள்ளும் இருக்கிறது!

அவ்வளவு அரிய பொக்கிஷத்தைத் தலைக்குள் வைத்துக் கொண்டு ஏன் வெளியில் கையேந்த வேண்டும்? நம்மிடமே கேட்கலாம். கெஞ்சி அல்ல. அதட்டியே!

ஒவ்வொரு திசுவையும் நசுக்கலாம். பிதுக்கி எடுக்கலாம். நானோ டெக்னாலஜி போல, மூளையின் சின்னஞ் சிறிய திசு ஒவ்வொன்றிலும் அவ்வளவு விஷயங்கள் இருக்கின்றன.

மிக மிகச் சிறிய கண்ணுக்குத் தெரியாத அணுவைப் பிளந்து மாபெரும் சக்தி உருவாக்கும் நியூக்ளியர் டெக்னாலஜி போலதான் இதிலும். சிறிய தலைக்குள் இருக்கும் மூளை போதும். அதிகம் வேண்டும் என்பதில்லை. இருப்பதை முழுமையாகப் பயன் படுத்தினாலே போதும்.

★

1903ம் ஆண்டு, டிசம்பர் மாதம், 17ம் தேதி. அமெரிக்காவில், வட கரோலினா என்கிற இடம். ஆர்வில்லி மற்றும் வில்பர் ரைட். Orville and Wibur Wright என்ற இரு சகோதரர்கள். இவர்களை ரைட் சகோதரர்கள் என்று சொன்னால் சுலபமாக அடையாளம் தெரியும்.

மனித இனத்தின் பறக்கும் முயற்சியில் முதல் வெற்றி பெற்றவர்கள். வரலாற்றில் அழியாத இடம் பிடித்தவர்கள்.

அன்று இவர்களுடைய விமானம் எவ்வளவு உயரத்தில் பறந்தது தெரியுமா?

20 அடி உயரம்.

பறந்த தூரம் எவ்வளவு தெரியுமா?

120 அடி தூரம்

இவர்கள் விமானம் விண்ணில் (!) இருந்த நேரம் எவ்வளவு?

12 வினாடிகள்.

பலருக்கும் வியப்பாக இருக்கலாம். அட! இதென்ன உயரம், இதென்ன தூரம், இதென்ன நேரம் என்று சொற்பமாகத்

தெரியலாம். இன்றைக்கு சாதாரணமாகப் பயணிகள் விமானங்கள் பறப்பது 30 ஆயிரம் அடி உயரத்தில். செல்லும் தூரங்களும் அப்படி ஆயிரக்கணக்கான மைல்கள்தான். நேரமோ நாள் கணக்கில்.

பயணிகள் விமானங்கள் மட்டுமா பறக்கின்றன?

சமீபத்தில் இந்தியா செவ்வாய் கிரகத்துக்கு அனுப்பியதே மங்கள்யான். அதன் சுற்று வட்டப்பாதையை அடைய, மங்கள் யான் பிரயாணம் செய்த தூரம் எவ்வளவு என்று தெரியுமல்லவா? 68 கோடி கி.மீ. ஆமாம், அறுபத்து எட்டுக் கோடி கிலோ மீட்டர். பயண நேரம் பத்து மாதங்கள்.

ரைட் சகோதரர்கள் முயற்சிக்கும் இதற்கும் இடையே என்ன வேறுபாடு?

நம்ப முடியாத அளவு அசாத்திய முன்னேற்றம். எல்லாம் வெறும் 112 ஆண்டுகளில்.

புரிந்துகொள்ளப்படவேண்டியது இதைத்தான். தொடக்கங்கள் சிறிதாக இருக்கலாம். சிறிதாகத்தான் இருக்கும். ஆனால், தொடர் பயணம், தொடர் முயற்சி எங்கெங்கோ இட்டுச் செல்லும்.

விண்ணில் மட்டுமல்ல, மூளைக்குள்ளும்தான்.

வெளியில் தேடவேண்டியதில்லை. எல்லாம் உள்ளேயே இருக்கின்றன.

'கற்றது கையளவு, கல்லாதது உலகளவு' என்றார் அவ்வையார். நம் பலம் பற்றி நமக்குத் தெரிந்தது கையளவு; நம் பலம் பற்றி நமக்குத் தெரியாதது கடல் அளவு என்று சொல்லலாம். அறியாமை என்ற திரையை விலக்கினால் அறிவு கிடைக்கும்.

இந்த உலகத்திலேயே மிக அடர்த்தியான, அதிகம் பயணம் செய்யவேண்டிய, அதிகம் பேர் பார்த்திராத, எல்லோருக்கும் வாய்ப்பிருக்கும், எத்தனையோ பொக்கிஷங்களைத் தன்னிடம் வைத்திருக்கும் இடம், அவரவர் மூளைதான்.

அதை எவ்வளவோ நபர்கள் செய்து காட்டியிருக்கிறார்கள். அப்படிச் செய்து காட்டியவர்களில் ரைட் சகோதரர்களும் அடக்கம்.

மனித இனத்தின் பறக்கும் சாதனையைத் தொடங்கி வைத்த சகோதரர்கள் வைத்திருந்தது சைக்கிள் கடை! ஆர்வில்லி படித்தது மூன்று ஆண்டு பள்ளிப் படிப்பு. வில்பர் ரைட் படித்தது நான்கு ஆண்டுகள் பள்ளிப் படிப்பு. அவ்வளவுதான். ஆனால், அவர்கள் செய்து காட்டியதோ அபாரமானது.

ஆக, யாரோ சிலர் அல்ல. வெகு சிலர் அல்ல. எல்லோரும் வல்லவரே. வல்லவராவதற்கு தேவையானவை அனைத்தும் எல்லோருக்குமே வழங்கப்பட்டிருக்கிறது. அவற்றைப் பயன் படுத்துவதில்தான் மனிதர்கள் வேறுபடுகிறார்கள். சாதித்தவர்கள் அனைவருமே ஒரு விதத்தில் நம்மைப் போன்ற சாதாரண மனிதர்களே. சாதித்துவிட்டால் நாமும் அவர்களைப் போன்ற அசாதாரண மனிதர்கள்தான். ஆக மனிதர்களுக்குள் இருக்கும் ஒரே வேறுபாடு, 'முயற்சி' மட்டுமே.

சாதித்தவன் வல்லவன். வல்லவன் ஆகும் வாய்ப்பு எல்லோரிடமும் இருக்கிறது.

இறைவனோ இயற்கையோ பாகுபாடின்றி அனைவருக்கும் ஒன்று போலவே.. கண்,காது, மூக்கு,வாய், உடல் ஆகிய ஐந்து புலன்கள் மற்றும் சிந்திக்கும் திறன் படைத்த மூளை ஆகிய 'உபகரணங்களை' வழங்கியிருக்கிறான்/றது.

வெகு சிலர் அந்த உபகரணங்களைமுழுமையாகப் பயன்படுத்து கிறார்கள். அதன் மூலம் திறமை காட்டி சாதித்தவர்கள் ஆகிவிடு கிறார்கள். அந்த உபகரணங்களைப் பயன்படுத்தி வெற்றி பெறுகிறவர்கள் அப்படி என்ன செய்கிறார்கள்?

வெற்றியாளர்கள்,

- சுற்றிலும் நடப்பவற்றை முழுமையாக கவனிக்கிறார்கள். 'ஆப்சர்வேஷன்' அவர்கள் பலம். பார்ப்பது வேறு, கவனிப்பது வேறு. கவனிப்பதற்கு மனதின் முழு ஈடுபாடு தேவை.

- எதையும் மேலோட்டமாகப் பார்க்காமல், ஊன்றி கவனிக் கிறார்கள். அதன் மூலம் 'டிடெயில்ஸ்' எனப்படும் விவரங் களைசரியாக உணர்கிறார்கள்.

- தேர்வுசெய்த ஒன்றைப்பற்றியே தீவிரமாக சிந்திப்பதன் மூலம், எறும்புத்தோலையே உரிக்கவல்ல நுண்கருவி போன்ற அறிவு கூர்மை பெறுகிறார்கள். அதன்மூலம் நுண்ணிய விவரங் களையும் புரிந்துகொள்கிறார்கள்.

- அவர்கள் குறைவாகக் கொடுப்பதுபோலத் தெரியலாம். ஆனால் அவர்கள் கொடுப்பது மிகப் பொருத்தமானவற்றை. அப்படி மிகக்குறைவாகக் கொடுத்தே அவர்கள் பெறும் வெற்றிக்குப் பின்னால் முன்சொன்ன விவரங்களைப் புரிந்து கொண்ட உழைப்பு இருக்கிறது.

- பார்ப்பது கேட்பது, முகர்வது, நுகர்வது போன்றவற்றை எல்லாம் அவர்கள் சிறப்பாகச் செய்ய அவர்களுடைய ஒரு முகப்படுத்தபட்ட மனமே காரணம்.

- ஒருமுகப்படுத்தப்பட்ட மனம் என்பது ஒருமுகப்படுத்தபட்ட சிந்தனை. ஒன்றைப் பற்றியே அதிக நேரம் சிந்தித்தல், அந்த விடயத்தில் அதிக தூரம் பயணிக்க உதவும். ஐன்ஸ்டைன் சொன்னது போல, வெற்றியாளர்கள் ஒன்றைப் பற்றியே அதிகம் நேரம் சிந்தித்தவர்கள். அதனால் அதில் பாண்டித்தியம் பெற்றவர்கள்.

- கவனித்தலின் மூலம் கிடைத்ததை உலகின் மிகப்பெரும் நூல்நிலையமான மனதில் இருத்தி அதிக நேரம் சிந்திக்க, தீர்வுகள் காண்கிறார்கள், புதிய யோசனைகள் பெறுகிறார்கள்.

- அவர்களுக்கு எல்லாம் முக்கியமல்ல. குறிபிட்ட நேரம், குறிபிட்ட காலகட்டம், இதுதான் என்று அவர்கள் தேர்வு செய்த ஒன்றில் கவனம் செலுத்த அது அவர்களுக்கு வசபட்டுப் போகிறது.

முன்பு பார்த்த 'அ', 'ஆ', 'இ' நினைவிருக்கலாம். அதில் 'அ' மற்றும் 'ஆ' பற்றி விளக்கியாகிவிட்டது. 'அ' கவனித்தல், 'ஆ' சிந்தித்தல். அப்படியானால் 'இ' என்பது என்ன?

'இ' என்பது செய்து முடிப்பது.

எட்வெர்ட் ஜென்னர் கவனித்தார், சிந்தித்தார், ஒரு வேக்சினேஷன் முறையைக் கண்டுபிடித்து உலகிற்கு வழங்கிவிட்டார். அவர் செய்த செயல் Execution தான் 'இ'.

ரைட் சகோதர்கள் கவனித்தார்கள், சிந்தித்தார்கள், பரிசோதனைகள் செய்து உருவாக்கினார்கள்.

ஆக வெற்றிக்குத் தேவை, கவனித்தல், சிந்தித்தல், செயல் படுத்துதல்.

இவற்றைச் செய்ய முடியாதவர் எவர்? எவருமில்லை.

அதனால், எல்லோரும் வல்லவரே. நாம்... முயற்சித்தால்மட்டும் போதும்.

வாழ்த்துகள்!

"

இந்த உலகத்திலேயே மிக அடர்த்தியான, அதிகம் பயணம் செய்யவேண்டிய, அதிகம் பேர் பார்த்திராத, எல்லோருக்கும் வாய்ப்பிருக்கும், எத்தனையோ பொக்கிஷங்களைத் தன்னிடம் வைத்திருக்கும் இடம், அவரவர் மூளை.

சோம. வள்ளியப்பன்

"